ఓ నగరం కథ

ప్రపంచ ప్రసిద్ధ రచయిత్రుల విశిష్ట కథా సంకలనం

అనుసృజన:
రంగనాథ రామచంద్రరావు

 నవచేతన పబ్లిషింగ్ హౌస్

O NAGARAM KATHA - *Ranganatha Ramachandra Rao*

ప్రచురణ నెం. : 2015/61

ప్రతులు : 1000

ప్రథమ ముద్రణ : సెప్టెంబర్, 2015

వెల : ₹ 95/-

ప్రతులకు : **నవచేతన పబ్లిషింగ్ హౌస్**
గిరిప్రసాద్ భవన్, జి.యస్.ఐ పోస్టు, బండ్లగూడ(నాగోల్),
హైదరాబాద్ - 068. తెలంగాణ. ఫోన్: 24224453 / 54.
E-mail: navachethanaph@gmail.com

నవచేతన బుక్ హౌస్
అబిడ్స్ & సుల్తాన్‌బజార్, యూసఫ్‌గూడ, కూకట్‌పల్లి,
బండ్లగూడ - హైదరాబాద్, హన్మకొండ, కరీంనగర్,
నల్లగొండ, ఖమ్మం.

విశాలాంధ్ర బుక్ హౌస్
విజయవాడ, గుంటూరు, విశాఖపట్నం, అనంతపురం,
తిరుపతి, కాకినాడ, ఒంగోలు, శ్రీకాకుళం, కడప.(ఆం.ప్ర)

ముద్రణ: **నవచేతన విజ్ఞాన సమితి ముద్రణాలయం,** హైదరాబాద్- 68.

భావోద్వేగాల భాషాంతరీకరణ

అచ్చు తెలుగు కథని, అనువాదకథల్ని అలవోకగా రాసే బహు'మతుల' రచయిత రంగనాథ రామచంద్రరావు.

కేంద్రసాహిత్య అకాడెమీ కోసం కథలు, నవలలు, వచనాలు ప్లస్ బాలసాహిత్యం, వ్యక్తిత్వ వికాస వ్యాసాలు, నిజజీవిత కథాంశాలు, అనేకం సొంత రచనలుగా, అనువాదాలు ఆయా సంపుటాల్లో నిక్షిప్తం చేస్తున్న విలక్షణ కలం అతనిది. అయినా పేరు చెప్పగానే అనువాదకుడుగానే గుర్తొచ్చే రంగనాథ రామచంద్రరావు సరికొత్త అనువాద సంపుటం ఈ ' ఓ నగరం కథ'.

అనువాదకుల ప్రతిభ అంతా మూలభాషల్లోని కథల ఎంపికలోనే ఉంటుంది. ఆ భాషలో తనకి బాగా నచ్చినదాన్ని తన భాషా రీడర్స్‌కి అందించాలన్న తపన అనువాదకులకి ఉన్నప్పుడే, ఉపయుక్త కథల ఎంపిక సాధ్యపడుతుంది. అటువంటి ప్రతిభ, తపన రెండూ ఉన్న రచయిత రామచంద్రరావు.

విదేశీ కథా సాహిత్యం నుండి ప్రసిద్ధ మహిళలు రాసిన విశిష్ట కథలను తెలుగు పాఠకులకు అందించే ఈ అనువాదకథల సంపుటికి 'ఓ నగరం కథ' శీర్షిక ఔచిత్యంగా ఉంది.

రష్యన్, స్వీడిష్, ఉక్రేయిన్, వియత్నాం, జపనీస్, లెబనాన్, పోలిష్, అమెరికన్, ఇంగ్లీషు భాషా కథానువాదాలు ఇందులో ఉన్నాయి. పలు భాషల్లో ప్రావీణ్యతగల రచయిత ఈ అనువాద ప్రక్రియలో ఆంగ్లం, హిందీ, కన్నడ భాషలను అనుసంధాన భాషలుగా ఉపయోగించుకోవడానికి అదనపు సౌకర్యంగా జతకూడింది.

మూలభాషలోని రచయిత్రులు కథ, నవల, జర్నలిజం, నాటకం, అధ్యాపకత్వం వంటి వివిధ రంగాల్లో, ప్రక్రియల్లో నిష్ణాతులు, ప్రఖ్యాతులు. నోబెల్ బహుమతి

గ్రహీతలున్నారు. స్త్రీవాదులుగా, హృదయవాదులుగా రచనను వేదికగా చేసుకుని 1907 నుంచీ ఆలోచనాత్మక సృజనలు చేసినవారున్నారు. ఒక్కో రచయిత్రిదీ ఒక్కో విభిన్న శైలీ విన్యాసం, విన్నాణం.

ఒంటరితనం, బీదరికం, ప్రేమరాహిత్యం, యుద్ధాలు మిగిల్చిన విషాదాలు, విద్రోహ, విరోధ ద్వేషాలు సృష్టించిన దారుణాలు, చిన్ని ఆశారేఖలు, భ్రమలు, బలహీనతలు, నిస్సహాయత, మనసుని చితక్కొట్టే మోసాలు, నాజూకు భావనల్ని నలిపేసే నయవంచన, వెంటాడి వేటాడే శాడిజం, దోపిడీకి, దురాగతాలకి, వివక్షకి పలు పార్శ్వాలు. వీటన్నిటికీ బలి తల్లులు, పిల్లలు. దేశం ఏదైనా సుఖదుఃఖాలు, కష్టనష్టాల సమతూకం ఒకటేనేమొ! అనిపించే జీవితాలు.

ఆర్ద్రత నిండిన అతివల (కొందరు పురుషుల) అంతరంగ చిత్రణ ఈ 'ఓ నగరం కథ'. కారుణ్యం నిండిన కథనాలను ఎంపిక చేసుకోవడం అనువాదకుని కరుణాంత రంగానికి ప్రతీక.

కఠిన జీవితవాస్తవాలను ప్రతిబింబించే భాషకందని భావోద్వేగాలను, భాషాంతరీకరణం ద్వారా భావాంతరీకరించడంలో అనువాదకుని కృషి అర్థమవుతుంది.

వివిధ పత్రికల్లో అచ్చయిన ఈ కథల్ని ఇలా సంపుటీకరించడం మంచి ప్రయత్నం. ఈ కథా సంపుటిని ప్రచురిస్తున్న 'నవచేతన పబ్లిషింగ్ హౌస్' వారికి కృతజ్ఞతలు. పాఠకులకు ఇంతమంచి కథలను అందించిన రంగనాథ రామచంద్రరావు అభినందనీయులు.

శుభాకాంక్షలు!

దా. కె.బి. లక్ష్మి
ప్రసిద్ధ కథా రచయిత్రి, విమర్శకురాలు

విషయసూచిక

జపనీస్ కథ : ఫుమికో హయాశి

ఓ నగరం కథ ...

గడ్డ కట్టించే చలి ...

మంచు కురుస్తున్న మధ్యాహ్నం ...

దారి పొడుగునా అక్కడక్కడ నుంచున్న మోటార్ కార్లు

రోడ్డు పక్కన దెబ్బతిన్న ఎత్తైన కట్టడాలు

అసంఖ్యాక అవశేషాలు.

రియో గబగబా అడుగులు వేస్తోంది.

బాంబులు కన్నా ఈ పాడుబడ్డ భగ్నావశేషాల వైపు ఆమె దృష్టి పోయింది.

హఠాత్తుగా ఆమె క్యాబిన్ వేపు చూసి చప్పున ఆగిపోయింది.

బయట తలకు ఎర్రరుమాలును కట్టుకున్న వ్యక్తి నుంచుని ఉన్నాడు.

అతడి నవ్వుముఖం చూసి రియో, “తేయాకు కావాలా? శిజ్ ఓకా టీ పొడి”అని అడిగింది.

క్యాబిన్ లోపల స్టౌమీద పెట్టిన కెటిల్‌లో నీళ్ళు మరుగుతున్నాయి. పొగ పైకి లేస్తోంది. ఆమె మళ్ళీ అడిగింది “మీరు మరోలా భావించకపోతే నేను లోపలికి వచ్చి కాస్సేపు చలి కాచుకోనా? బయట చాలా చలిగా ఉంది.”

“తప్పకుండా, తలుపు వేసి లోపలికి రా” అన్నాడతను.

లోపల ఉన్న ఏకైక ఫర్నిచర్ అంటే స్టూలు మాత్రమే.

అతను పెట్టెమీద కూర్చున్నాడు. తన సంచిని మోసుకుని ఆమె స్టౌదగ్గరికి వచ్చింది.

“విశ్రాంతిగా కూర్చో. నీవు టీ పొడి అమ్మే అమ్మాయివా?”

“ఆ! ఈ రోజు ఒక్క ప్యాకెట్టే అమ్ముడయ్యింది. ఇంటికి వెళ్ళటానికి ముందు భోజనం చేయాలని అనుకున్నాను. కానీ... ”

"రేపు ఎక్కువ అమ్మవచ్చు. ఎందుకు చింతిస్తావు? ఇక భోజనమా? ఇక్కడే చెయ్"

కెటిల్‌లో కుతకుతమని నీళ్ళు మరుగుతున్నాయి. అతను ఒక ప్యాకెట్ విప్పి చేపలను బయటికి తీశాడు. రియో లంచ్ బాక్స్ తెరిచింది. చేపలను తిప్పి చూస్తూ, "ఒక్క రోజుకు ఎంత సంపాదిస్తావు?" అతను అడిగాడు.

"సుమారు నూటాఅరవై యెన్‌లు కావచ్చు."

"ఎక్కడ ఉంటున్నావు?"

"శతాయలో. టోకియోకు పోయినవారమే వచ్చాం."

చేపలు కాలాయి. అతను ఒక భాగాన్ని ఆమెకు ఇచ్చాడు. దాంతోపాటు అన్నం, బంగాళ దుంపల కూరను ఆమె ముందుకు జరిపాడు. రియో చిన్నగా నవ్వింది. తన సంచిలోంచి టీ పొడిని కాయితం మీద పోసి కెటిల్‌లో వేసింది.

అతను ఒక కప్, ఒక మగ్గూ తెచ్చాడు.

"నీ భర్త ఎక్కడన్నాడు?" అడిగాడు

"సైబీరియాలో. అందువల్లే ఈ పనంతా నా పాలిట పడ్డది."

ఆరేళ్ళ నుంచి రియోకు తన భర్త సమాచారమే తెలియలేదు. ఎంతో దూరంలో ఉన్నాడతను! అతనింకా ఖైదీగానే ఉన్నాడు. ఈ విషయాలన్నీ చెప్పేటప్పుడు ఆమెకు చాలా సిగ్గుగా అనిపించింది.

"గత సంవత్సరం వరకూ నేను కూడా సైబీరియా దగ్గర్లోని ఆమూర్ నది ఒడ్డున కఱ్ఱలుకోసే పని చేసేవాడ్ని. నీకు ఎంతమంది పిల్లలు?"

"ఆరేళ్ళ కొడుకున్నాడు. టోకియోలోని ఒక్క పాఠశాలలో కూడా వాడికి సీటు దొరకలేదు" అంది.

తన తలకు చుట్టుకున్న ఎఱ్ఱటిరుమాలును విప్పి అతను కప్పును, మగ్గును తుడిచాడు. తరువాత టీ పోశాడు.

"టీ చాలా బాగుంది. నేను కొంటాను" అంటూ అతను జేబులోంచి మూడువందల యెన్‌లు తీశాడు.

"నీ దగ్గర డబ్బు తీసుకోను."

"అలాకాదు ఉంచు" అంటూ అతను ఆమె చేతిలో నోట్లు కుక్కుతూ "ఇటు వేపు వస్తుండు, వచ్చినపుడు నన్ను కలవటం మరవకు సుమా! నా పేరు త్సురుయిశి యోశియో. ఇక్కడ ఎవర్ని అడిగినా చెబుతారు" అన్నాడు.

"వస్తాను. నీవు ఇక్కడేనా ఉండేది?"అంది.

"అవును. ఎదురుగా ఉన్న ట్రక్కుల్లో నేను సామాన్లు లోడ్ చేయిస్తూ ఉంటాను" అంటూ అతను ఒక చిన్నతలుపు తెరిచి తన పడకగది చూపాడు. శుభ్రంగా ఉన్న పరుపు. పరుపుకు ఎదురుగ్గా నటి జమాదా ఇసూజూళ చిత్రం.

"బాగుంది. చాలా బాగుంది" అంటూ ఆమె బయటికి నడిచింది.

***

మరుసటి రోజు నుంచి రియో టీ పొడి అమ్మటానికి జోతూగికి రాసాగింది.

అక్కడే రియోకు చాలా మంది గిరాకీలు దొరికారు.

ప్రతీరోజూ త్సురుయిశి యోశియోను కలిసేది.

ఆమె కోసం అతను రోజూ కొత్తకొత్త వంటకాలు చేసి పెట్టేవాడు.

రియోకు ఇరవై ఎనిమిదేళ్ళు. జీవితంలో భర్త తప్ప మరొకడి పరిచయం అమెకు లేదు.

ఆ రోజు ఆమె సంచిలో మోసంబి, డబల్ రోటీ, అన్నం అన్నీ తెచ్చుకుంది. తోడుగా కొడుకు రియుకిచిని పిలుచుకొచ్చింది.

తన పాత నీలి కిమోనోలోనూ ఆమె సౌందర్యం పొంగులెత్తుతోంది.

ముగ్గురూ కలిసి తిరిగారు.

అతను ఆమెకు ఎర్రటి లోహపు మందిరాన్ని చూపాడు.

బాంబు పడటానికి మునుపు ఈ దేవాలయం ఇంకా పొడుగ్గా ఉండేది, చక్కగానూ ఉండేది అన్నాడు

రియో హఠాత్తుగా నిరాశకులోనయ్యింది.

దూరంలో సెక్సాఫోనులో విషాదగీతం వస్తోంది.

రియుకిచికి ఇష్టమైన నచ్చిన తినుబండారాలను ఆమె కొనిచ్చింది.

వాడు సంతోషంతో తినసాగాడు.

ఆమెకు త్సురుయిశి పరిచయమై పదిహేను రోజులే అయ్యాయి.

అయితే జీవితపర్యంతం కలిసి గడుపుతున్నట్టే ఆమెకు అనిపించింది.

హఠాత్తుగా వర్షం పడసాగింది.

ముగ్గురూ మేరీ టీ హౌస్‌లోకి దూరి ఓ మూలలో కూర్చున్నారు.

అతను టీ తెప్పించాడు. రియో తను తెచ్చిన భోజనం వాడికి వడ్డించింది.

వర్షం ఉధృతమైంది.

"కాస్సేపు ఇక్కడే ఉందాం. వర్షం నిలవగానే ఇంటికి తీసుకెళతాను" అన్నాడతను.

ఇల్లా? ఎవరి ఇంటికి? ఇతనింటికా? లేదా తన ఇంటికా? తనకు నాది అని చెప్పుకోటానికి ఒక చిన్న గదికూడా లేదు.

త్సురుయిశి ఇంటికి ఆమె ఎందుకుపోకూడదు?

ఆమె పర్స్ తీసి చూసింది. ఏడు వందల యెన్‌లు ఉన్నాయి.

"ఏదైనా సినిమా చూడాలనిపిస్తోంది. అటు తరువాత హోటల్లో భోజనం చేద్దాం... అయితే చాలా ఖర్చు ..." అంది.

"అయితే కానీ, నీవు కోరుకున్నట్టే జరుగుతుంది. చింతించకు" అన్నాడతను.

ముగ్గురూ సినిమా థియేటర్‌లోకి నడిచారు.

సినిమా చూస్తూ కొద్దిసేపట్లోనే రియుకిచి నిద్రలోకి జారాడు.

బయట వర్షం ఇంకా కురుస్తూనే ఉంది.

లోపల హాలులో వెచ్చగా ఉంది.

సినిమా చూసి బయటికి వచ్చేసరికి చీకటి చిక్కగా ఉంది.

ఒక హోటల్‌లో గది తీసుకున్నారు. రియుకిచి మళ్ళీ నిద్రలోకి జారాడు.

వర్షపు వాతావరణానికి రియో మనస్సంతా ఎందుకో కలవరపడసాగింది.

అంతలో టీ వచ్చింది.

ఇద్దరూ కొద్ది కొద్దిగా టీ తాగుతూ చాలా సేపటివరకు గోడకు ఒరిగి కూర్చుని కిటికీలోంచి కనిపించే వర్షాన్నే చూడసాగారు.

"నీ వయసెంత? ఇరవై అయిదా?" అతను అడిగాడు.

"లేదు త్సుర్, నేను ఇప్పటికే ముసలిదాన్నయ్యాను. నాకు ఇరవై ఎనిమిది."

"నా కంటే ఒక సంవత్సరం పెద్దదానివి"

"అవునా? నీకు ముప్ఫయి ఉంటుందనుకున్నాను" అంది రియో అతడి కళ్ళల్లోకి చూస్తూ.

అతడి ముఖం ఎర్రబారింది.

"ఈ వర్షంలో మనం వెళ్ళలేం. ఇక్కడే పడుకోవాల్సి వస్తుంది" అన్నాడు కొద్దిసేపటి తరువాత.

"అలాగే" అందామె.

త్సురుయిశి బయటికి వెళ్ళి రజాయిలు తెచ్చాడు. గది పరుపులతో నిండిపోయింది.

రియో కొడుకును పక్క మీద పడుకోబెట్టింది.

దీపం ఆర్పింది.

పక్క మీద వాలింది.

త్సురుయిశి మరో గదిలో పడుకోటానికి వెళ్ళబోతూ “ఈ హోటల్‌వాళ్ళు మనల్ని భార్యాభర్తలని అనుకుంటున్నారు” అన్నాడు.

“అవును. అయితే మనం వాళ్ళను మోసం చేయకూడదు కదా ...” అందామె.

మాటేమో అంది. కానీ మనస్సు బాధగా మూల్గింది. రకరకాల ఆలోచనలు చుట్టుముట్టాయి.

వేధిస్తున్న ఆలోచనలతోటే నిద్రలోకి జారుకుంది.

చాలా సేపటి తరువాత ఆమెకు మెల్లగా వినిపించింది “రియో! నేను నీ దగ్గరకు రానా?”

“వద్దు త్సుర్, వద్దు.”

త్సుర్‌కు ఆ వర్షం చప్పుడులోనూ చిన్నగా మూల్గిన శబ్దం వినిపించింది.

“త్సుర్! నీకు పెళ్ళి కాలేదా?”

“అయింది. అయితే ఆమె ఇప్పుడు నా దగ్గర లేదు. నేను యుద్ధం నుంచి తిరిగొచ్చి చూస్తే నా భార్య మరొకడితో కలిసి జీవిస్తోంది.”

ఇద్దరి మధ్య కొద్దిసేపు మౌనం నెలకొంది.

“నీ క్యాబిన్ దగ్గర నాకొక గది చూడవా? నీకు దగ్గర్లో ఉండాలని ఉంది.”

“అంత సులభం కాదు. అయినా ప్రయత్నిస్తాను ... రియో నీవు చాలా మంచిదానివి” అన్నాడతను.

ఆమెలో ఒక్కసారిగా అతణ్ణి తన బాహువుల్లోకి గాఢంగా బంధించాలనే కోరిక పడగ ఎత్తి నుంచుంది.

“మీ తల్లితండ్రులు ఎక్కడున్నారు?” అడిగింది.

“ఫుకువోకాలో. ఒక చెల్లెలు టోకియోలో ఉంది. ఆమె నీలా ఒంటరి. ఆమె భర్త చైనాలో యుద్ధంలో మరణించాడు. తన ఇద్దరు పిల్లల్ని పోషించడానికి ఆమె బట్టలు కుడుతుంది.”

కిటికీ బయట తొలిపొద్దు మొదటి కిరణం తొంగి చూసింది.

రియో విసుగ్గా పక్క మీద దొర్లింది ...

‘ఛీ! ఈ త్సురుయిశి నా మాటలు ఎందుకు విని ఊరుకోవాలి?’ అని గొణుక్కుంది.

"రియో, నాకు నిద్ర రావటం లేదు. నిజానికి ఓ అమ్మాయితో కలిసి ఎప్పుడూ ఒంటరిగా ఉండలేదు ..."

"నీకు గర్ల్ ఫ్రెండ్ లేదా?"

ఆమె అతని సమాధానం కోసం ఎదురుచూస్తూ ఉంది.

త్సురుయిశి లేచి ఆమె దగ్గరకి వెళ్ళాడు.

ఆమె మీదికి వాలాడు.

రియో కదల్లేదు.

అతడి చేతులు ఆమెను దగ్గరికి మరింత దగ్గరికి లాక్కున్నాయి.

ఆమె ప్రతిఘటించలేదు . . .

'ఇది తప్పు ... నా భర్త నెకెకు నేను అన్యాయం చేస్తున్నాను'

ఆమెకెందుకో తాను అనబోతున్న మాటలే 'అన్యాయం' అనిపించాయి.

వెచ్చటి ఊపిరి ఆమె మెడను తాకింది.

ఆమె మత్తుగా మూల్గింది.

అతడి పెదాలు ఆమె పెదవులను తాకి, తడిమి, చప్పరించి, గట్టిగా బిగించింది.

ఆమె మత్తుగా కళ్ళు మూసుకుంది.

అతడి తల కిందకు దిగింది.

మరుక్షణం ఆమె కోరికతో అతడ్ని బలంగా అల్లుకుపోయింది.

***

రెండు రోజుల తరువాత . . .

రియో క్యాబిన్ దగ్గరికి వచ్చింది.

అప్పటికే ఇద్దరు కూలీలు సామాన్లను ఒక మూలలో పేర్చిపెడుతున్నారు.

"త్సురుయిశి ఎక్కడ?"

"అతను నిన్న రాత్రి చనిపోయాడు."

ఆమె నిర్ఘాంతపోయింది.

"చనిపోయాడా?"

ఆమె పెదవులు చిగురుటాకుల్లా కంపించాయి.

"అతను నిన్న రాత్రి ఓమియకు ఐరన్ తీసుకువెళ్ళిన ట్రక్కులో వెళ్ళాడు. బండికి వెళ్ళాల్సిన డ్రైవర్‌కు ఆరోగ్యం బాగా లేకపోవటంతో అతడికి సహాయంగా తనే వెళ్ళాడు.

దారిలో ట్రక్కు పొర్లటంతో త్సురుయిశి, డ్రైవర్ ఇద్దరూ చనిపోయారు. త్సురుయిశి చాలా మంచివాడు. డ్రైవర్‌కు సహాయపడాలని వెళ్ళి ..."

అతనింక ఏదో చెబుతున్నాడు.

ఆమె చెవులు మొద్దుబారిపోయాయి.

ఆమె తడబడుతున్న అడుగులతో అతని గదిలోకి వెళ్ళింది.

అక్కడ ఆమె దగ్గర కొన్న టీ ప్యాకెట్ పడివుంది. దాని పక్కనే ఓ కార్డు ఉంది.

దాని ఎర్రటి పెన్సిల్‌తో త్సురుయిశి ఇలా రాశాడు–

'రియో, నేను రెండుగంటల వరకు నీ కోసమే ఎదురుచూశాను. ఈవాళ సాయంకాలం తిరిగి వస్తాను."

ఆమె కళ్ళల్లోంచి వెచ్చటి కన్నీళ్ళు ఉబికి వచ్చాయి.

కొడుకు చేయి పట్టుకుని ఆమె రోడ్డు మీదికి వచ్చింది.

ఆ రాత్రి త్సురుయిశి తన చెవిలో గుసగుసగా అన్న మాటలు గుర్తుకొచ్చాయి–

'భయపడకు, నిన్ను నేను వదిలేయను. నా దగ్గర ఎక్కువ సొమ్ము లేదు. అయితే నా జీతంలో రెండువేల యెన్‌లు నీకు ఇస్తాను. నీవు గర్భవతివి అయితే చింతించక్కర్లేదు ..."

బుగ్గల మీద కారుతున్న కన్నీళ్ళు తుడుచుకుంటూ ఆమె అడుగులు ముందుకు వేసింది.

ఆమె కొడుకు బిక్కమొగం వేసుకుని ఆమె వెంబడే నడవసాగాడు ...

***

మరుసటి రోజు ఆమె ఒక్కతే టీ పొడి అమ్మటానికి బయలుదేరింది.

బాంబుపడిన చోటికి వచ్చేసరికి క్యాబిన్‌లో పొయ్యి మండుతుండటం కనిపించింది. లోపలికి తొంగిచూసింది. త్సురుయిశి కూర్చునే పొయ్యి ముందు ఓ ముసలివాడు కూర్చుని ఉన్నాడు. రియో వేపు ప్రశ్నార్థకంగా చూశాడు.

"శిజు ఓకా టీ పొడి కావాలా?"

"ఇక్కడే కావసినంత ఉంది" అన్నాడు.

రియో మారు మాట్లాడకుండా వెనక్కి తిరిగింది.

ముసలివాడిని త్సురుయిశి చెల్లెలి గురించి విచారించాలనుకుంది.

త్సుర్ జ్ఞాపకార్థం అగరొత్తులు వెలిగిద్దామనుకుంది.

అయితే అదంతా ఇప్పుడు అర్థహీనమనిపించింది.

నడుస్తూ నది దగ్గరికి వచ్చి ఓ బండరాతి మీద కూర్చుంది.

మధ్యాహ్నపు సూర్యుడు నది నీటిలో తన ముఖం చూసుకుంటున్నాడు.

కొన్ని గజాల దూరంలో చనిపోయిన ఓ పిల్లిపిల్ల శవం పడివుంది.

త్సురుయిశి గురించి ఆలోచిస్తూ అతను పరిచయం కాకుండా ఉంటే ఎంత బాగుండేది అనుకుంది. అయితే అతడితో పరిచయం కలిగినందుకు పశ్చాత్తాపం కలుగలేదు. టోకియోకు వచ్చినందుకు విచారించింది. నెల ముందు ఇక్కడ టీ పొడి అమ్మకం బాగుండక పోతే పల్లెకు తిరిగి వెళ్ళిపోదామనుకుంది. అయితే మళ్ళీ త్సురుయిశి తిరిగిన ఈ పరిసరాలలోనే ఉండిపోవాలని నిశ్చయించుకుంది.

ఆలోచనలతో కాలం తెలియలేదు.

చీకటి పడుతుండటం గమనించి లేచి భుజానికి సంచి తగిలించుకుని అక్కడ్నుంచి బయలుదేరింది.

దారిలో ఓ గుడిసె కనిపించింది.

తలుపు దగ్గరికి వెళ్ళి 'టీ పొడి కావాలా?'అని అరిచింది.

రియో కన్నా మాసిన బట్టలు వేసుకున్న ఓ స్త్రీ తలుపు తెరిచి "ఎలా ఇస్తావు?" అని అడిగి, రియో భుజం మీది భారం చూసి "లోపలికి రా, కాస్సేపు విశ్రాంతి తీసుకో. నా దగ్గర ఎంత మిగిలిందో చూస్తాను. బహుశా టీపొడి కొనటానికి సరిపడా ఉండొచ్చు" అంది లోపలికి వెళుతూ.

రియో లోపలికి వెళ్ళి భుజాలమీది నుంచి సంచితీసి కింద పెట్టింది.

ఆ చిన్న ఇంట్లో నలుగురు ఆడవాళ్ళు నూనెదీపం చుట్టూ కూర్చుని చొక్కాలు, సాక్సులు గుట్టగా ముందేసుకుని కుడుతున్నారు. వాళ్ళ చేతుల్లోని సూదులు కుడుతున్న బట్టలోంచి లోపలికి బయటికి గబగబీబి కదులుతుండటం చూసి రియో వాళ్ళు తనలాంటి ఆడవాళ్ళే అనుకుంది.

ఆ పూరిగుడిసెలోని నూనెదీపం వాళ్ళ జీవితంలో చిరువెలుగు నింపడానికి ప్రయత్నిస్తున్నట్టుగా వెలుతురును వెదజల్లసాగింది.

***

(సాక్షి ఫన్‌డే-ఆదివారం 09-10-2011)

అరబిక్ కథ : ఎమిలి నస్రుల్లా

మాయాలోకం

నా కోసం ఎవరు రాసారు ఆ మాటలను? సురక్షిత ప్రదేశాన్ని వెదుకుతూ నా ముద్దుల కూతురును లాక్కుని పరిగెత్తేటప్పుడు నా పర్స్ నుంచి జారిపడిన పెన్ను దీన్ని రాసిందా? లేదా తన కొత్త చర్మమైన ప్లాస్టిక్ సంచులలో దూర్చిబడిన నా శరీరం రాసిందా?

'దేహం' అని చెప్పేటప్పుడు ఈ నరలోకంలో మిగిలిన చిన్నచిన్న మాంసపు ముక్కల్నే నేను ప్రస్తావిస్తున్నానన్నది మీరు అర్థం చేసుకోవాలి. ఎందుకంటే ఈ మాంసపు ముద్దకూ, కొద్ది సేపటి క్రితం ఒక చేతిలో కారు కీస్, మరొకదానితో ముద్దుల కూతురు నైనార్ వేళ్ళను పట్టుకుని సూపర్ మార్కెట్ వేపు నడుస్తున్న ఆ ఎత్తయిన ఆకృతికీ ఏ సంబంధమూ లేదు.

నైనార్– కన్నవారి ప్రేమ దేవత. వాళ్ళ ఊపిరి. వాళ్ళ ప్రపంచం ... అన్నీ ... వారి జీవితానికి ప్రతిరోజూ కొత్త కొత్త రంగులను అద్దేది. సుగంధాన్ని ఇచ్చేది.

ఆ రోజు శనివారం.

తెల్లవారుజామున తొందరగా లేచి గదిలోకి వచ్చి నిదురపోతున్న నన్ను నైనార్ లేపింది.

నిదుర కళ్ళతో "ఏమిటమ్మా?" అని అడిగాను.

"తొందరగా లేవమ్మా, ఈవాళ సూపర్ మార్కెట్‌లో ఆ క్యాబేజీ బొమ్మను కొనిస్తానని నీవు అన్నావుగా ... తొందరగా లేచి రెడీ అవ్వమ్మా."

తనను సమాధానపరుస్తూ "రాత్రి కలలో కూడా ఆ క్యాబేజ్ బొమ్మనే కనిపించిందా?" అని నవ్వుతూ అడిగాను.

నైనార్‌కు నా ప్రశ్న రుచించలేదు.

సమాధానం ఇచ్చే తంటాకు వెళ్ళకుండా నా చేతులను పట్టుకుని లాగుతోంది.

పచారీ సామాన్లను ఈవాళ తెచ్చుకోవాలని రెండు రోజుల క్రితమే అనుకున్నాను. ఎలాగో ఈవాళ నైనార్‌కూ ఆ బొమ్మను కొనివ్వాలి. లేకపోతే వీటన్నిటికి నాకు సమయం లేదు. ఉద్యోగస్థురాలైన స్త్రీ కావటం వల్ల ఇంటా బయటా నేను చేయాల్సిన పనులన్నిటికీ నా ప్రతీ నిముషాన్ని ప్లాన్ చేసుకోవాలి.

"ఇంకా రెండు గంటలు ఉన్నాయి బంగారూ! సూపర్ మార్కెట్ దగ్గరలోనే ఉంది. తప్పకుండా తీసుకుందాం" అన్నాను.

***

నేను చెబుతున్నది ఆమె వింటున్నట్టుగా అనిపించలేదు. కారు కిటికీకి అటు వేపున కనిపిస్తున్న సముద్రాన్ని ఆశ్చర్యచకితురాలై చూస్తూ ఉంది. నా ఉనికినీ ఆమె మరచిపోయినట్టుంది.

కారాపి ఇద్దరం సూపర్‌మార్కెట్ లోపలికి వెళ్ళాం. నేను నడుచుకుంటూ లోపలికి వెళ్ళాను. నైనార్ తేనెటీగలా గిరికీలు కొడుతూ పరుగెత్తింది. ఆ సమయంలో ఆమె మధువులొలికే, గులాబీ రంగులోని అపురూపమైన పువ్వులా కనిపిస్తోంది.

సామాన్లను పెట్టుకునే తోపుడుబండిని లాగుతూ, "మనం ఇక్కడి నుంచే ప్రారంభిద్దాం" అంటూ నైనార్ ఆర్డర్ చేసింది.

ఆమె మృదువైన చేతుల సన్నటి వేళ్ళు బొమ్మల విభాగాన్ని చూపిస్తున్నాయి.

"ముందుగా ఇంటికి కావాల్సిన వెచ్చాలు తీసుకుని అటుతరువాత ఆ మాయాలోకానికి వెళ్దాం" అన్నాను.

నా సూచనకు అంగీకరించింది. అయితే ఒక ఆలోచన ఆమె కోపానికి, గందరగోళానికి గురయ్యింది.

"ఎందుకు, బొమ్మ మాత్రం ఇంటికి కావాల్సిన సామాను కాదా?" అంది.

మన్నించలేనట్టి నా తప్పును చిరునవ్వుతో దాచటానికి ప్రయత్నించాను.

"అవును బంగారూ! బొమ్మ కూడా ఇంటికి కావాల్సిన వస్తువే. అయితే అది పచారీ సామాన్లకన్నా ముఖ్యమైంది. కాబట్టి దాన్ని కొనుక్కోవటం చివరికి పెట్టుకుంటే నెమ్మదిగా చూసి కొనుక్కోవచ్చు" అన్నాను.

అలా నేను చెప్పటం అర్థమయ్యో, లేదా నా కంఠంలో ధ్వనించిన ఆపేక్షను గమనించో మొత్తానికి నైనార్ శాంతించింది. బొమ్మల విభాగానికి తొందరగా వెళ్ళే ఆలోచనతో పచారీ సామాన్లు వెదకటంలో నాకు సహాయపడసాగింది.

షాపు జనంతో నిండిపోయింది. అందులోనూ శనివారపు రష్. నాలాగే చాలా మంది ఆడవాళ్ళు తమతమ పిల్లలతో వచ్చారు. ఈ రోజుల్లో సూపర్‌మార్కెట్‌కు రావడమంటే ఒక టూర్‌కు వెళ్ళినట్టు.

అయితే జనుల ప్రతీ అడుగులోనూ చాలా పెద్ద ప్రమాదాన్ని ఎదుర్కొనే భయం కనిపిస్తోంది. ఎందుకంటే అపాయం అనేది ఒక నిర్దిష్ట సమయానికో లేదా ఒక స్థలానికో చెందిన విషయం కాదు. ఎక్కడి నుంచో తెలియని స్థలం నుంచి అపాయం రెక్కలు కట్టుకుని మన ఇళ్ళకూ, నగరాలకూ వచ్చి పడుతుంది. అది పడిన తరువాత చూస్తే ఆ స్థలం మనుషులు జీవించిన గుర్తులే లేని శ్మశానంలా కనిపిస్తుంది.

కొద్ది రోజుల క్రితమూ ఇలాగే జరిగింది. మన ప్రతీ అడుగులోనూ ఆ భయం కనిపించేది. మేము దాన్ని మరచిపోదామని అనుకున్నా జ్ఞాపకం అనే నరక కూపంలోకి మళ్ళీ మళ్ళీ తోయబడుతూనే ఉన్నాం. నిన్న ఒక స్థలం, మొన్న ఒక చోట, అంతకు మునుపు మరో ప్రాంతం, ముందు వెనుక, అక్కడ ఇక్కడ ఇలా అన్ని స్థలాల్లోనూ మనకోసం 'చావు' కాచుకుని కూర్చుని ఉంటుంది.

"అమ్మా! అదొక కొత్తబొమ్మ. అరబ్బీలో దాని పేరు క్యాబేజీ. ఒక బట్టలో క్యాబేజీని చుట్టిపెట్టినట్టు ఉంటుంది. నానాకు అది లండన్‌లో దొరికింది. జూజూకు ఆమె అత్త కొనిపెట్టింది. నాకూ ఒకటి కొనిపెట్టమ్మా. నాకు ఆ బొమ్మ అంటే చాలా ఇష్టం" అంది నైనార్.

నా అనుమతికీ ఎదురుచూడక ఒక బొమ్మను ఎత్తుకుని దాన్ని తన ఎదకు హత్తుకుని దానికి ముద్దుపెట్టింది నైనార్. ఆమెను చూసి నాకు అసూయగా అనిపించింది. నేను ఆమె వయసులో ఉండగా మాకందరికీ ఇన్ని బొమ్మలు ఉండలేదు. మహా అయితే బట్టలు కుట్టే మిషన్ దగ్గర పడివున్న బట్టపీలికలతో చేసిన బొమ్మలు దొరికేవి. అంతే! వాటిని దగ్గర పెట్టుకుని మా సృజనాత్మకత యొక్క ప్రతిభను వెలికి తీసేవాళ్ళం. కళ్ళు మూసి తెరిచేలోగా ఆ చిరిగిన గుడ్డముక్కలు ఓ సుందరమైన, నీలీకళ్ళ బొమ్మలా పరివర్తన చెందేది. బొమ్మను చేసిన మరుక్షణం దానికి పేరు పెట్టే కార్యక్రమం మొదలయ్యేది. మా ఊళ్ళో లేని పేర్లను వెదికేవాళ్లం. మార్సిబాన్, ఫర్‌ఫర్, షెన్ షెన్, టుట్ట. అర్థమే లేని ఈ శబ్దాలు మా బొమ్మల పేర్లుగా మారిన తరువాత వాటికి కొత్త రకపు అర్థాలు వచ్చేవి.

నైనార్ కాలపు పిల్లలు అదృష్టవంతులు. వారి బొమ్మలు అందమైన రంగురంగుల పెట్టెల్లో వస్తాయి. కుట్టు మిషన్ దగ్గర పడిన గుడ్డముక్కల కోసం ఎదురుచూడాల్సిన

అవసరమే లేదు. బొమ్మ బొమ్మలా కనిపిస్తుందో లేదా దెయ్యంలా తయారవుతుందోననే భయాలకు చోటే లేకుండాపోయింది.

నైనార్‌కూ, ఆమె సమవయస్కులకూ ఇష్టమైన ఆ క్యాబేజీ బొమ్మ నిజానికి ఎలా ఉన్నదంటే మానవులకు, రాక్షసులకు మధ్య తెగిపోయిన కొక్కేన్ని కలిపేలా ఉంది. పిల్లలకు ఈ బొమ్మ అంతగా నచ్చటానికి అదీ ఒక కారణమా? లేదా కంపెనీల ప్రకటనల ప్రభావమా?

ఈ పరిశోధనలన్నీ నాకు ఇప్పుడెందుకు? ఇప్పటి నా ప్రశ్న ఏమిటంటే అంత ఖర్చుపెట్టి ఈ పాడుబొమ్మను కొనాలా?

ఇదంతా నేను నైనార్‌కు చెప్పలేదు. ఏమేమో చెప్పి ఓ చిన్నపిల్ల కలలను తుడిచేయటం సబబా? అయితే ఈ క్యాబేజీబొమ్మకు బదులుగా మరొక బొమ్మను తీసుకోమని చెప్పాను.

“అవన్నీ పాత ఫ్యాషన్ బొమ్మలు” అంది నైనార్.

నా కూతురు గురించి నాకు బాగా తెలుసు. అయితే ఒక తరానికి మరొక తరానికి మధ్య అంతరాన్ని గ్రహించేటంతగా ఆమె ఎదిగిందని నాకు తెలియదు. నాకు ఇష్టమైనదంతా ఆమెకూ ఇష్టం కావాల్సిన అవసరం లేదని నేను తెలుసుకోవాల్సి ఉంది.

నైనార్ పర్సు తీసి నా చేతిలో పెట్టింది.

ఇక దీని గురించి ఆలోచించి ప్రయోజనం లేదు.

‘నీవు ప్రామిస్ చేశావు కదా ఈ బొమ్మను కొనిస్తానని. కొంటావా లేదా ?’ అని అడుగుతున్నట్టుంది ఆమె చూపు.

“ఇదిగో తీసుకోండి...” మాటలు పూర్తయ్యేలోగా అది జరిగిపోయింది.

తెరిచిన నోరు మూసేలోపే నోటినే పోగొట్టుకున్నట్టు అర్థమయ్యింది.

డబ్బులు తీయటానికి పర్సులో పెట్టిన చేయి నా నుంచి లాక్కుని ఎక్కడికో ఎగిరిపోయింది.

నాకు జరిగినట్టే అక్కడున్న అందరికీ జరిగింది.

ఒక్కొక్కరు ముక్కలు ముక్కలై పేలిపోయారు.

అరే! నైనార్ ఎక్కడికిపోయింది. నా దగ్గరే నుంచోని ఉండింది. క్యాబేజీ బొమ్మను గట్టిగా ఎదకు హత్తుకుని నవ్వులు కురిపిస్తూ దగ్గర్లోనే ఉండింది కదా! నాకు దగ్గరలో... నాకు దగ్గర అంటే? నేనెవరు? ఇంతకు ముందు నేనున్నాను ... అయితే ఇప్పుడు? మెరుపుకన్నా వేగంగా నా ‘నేను’ పేలి వందలాది ముక్కలై ఆ ప్రాంతమంతా పరుచుకున్న

మాంసపు ముక్కలయ్యాయి. బాంబ్‌శబ్దం నాకు వినిపించలేదన్నది నిజం. ఆ బాంబ్ సద్దు నాకు వినిపించేలోగా నా చెవులు తెగిపోయి ఎక్కడో పడిపోయి ఉండొచ్చు.

సరిగ్గా జరిగిందేమిటో తెలియటం లేదు. మూలమూలల్లో నేను ముక్కలై పడి ఉన్నాను. నా కాళ్ళు మాత్రం ఓక్ చెట్టు కొమ్మల్లా నిలుచున్న చోటనే నుంచోని ఉన్నాయి. అయితే నా ఇతర అంగాలు కనిపించటం లేదు.

రెక్కలు కట్టుకున్న నా జ్ఞాపకం నైనార్ ముఖాన్ని మోసుకొచ్చింది. లేదు. అది నైనార్ ముఖమే కాదు. అది నైనార్ ఆత్మ! ఎన్నో ఏళ్ళు దాటి సాగుతున్న ఆత్మ. అరే ! నా వైపే అది వస్తోంది. సంతోషంతో పొంగిపోతూ అరిచాను. అయితే గొంతు లేకుండా ఎలా కేకలేయటం? అదిగో అక్కడ పడివుంది నా పర్సు. నా ప్రజ్ఞ దాన్ని గుర్తిస్తుంది. నేను కొన్న వస్తువులన్నీ తలుపుల గుండా బయటికి ఎగురుతాయి. అయితే తలుపులే లేవు కదా?

పైన ఆకాశం కనిపిస్తోంది.

అక్కడ అగ్నిగోళం బ్రద్దలై నిప్పులవాన కురుస్తోంది.

అవును. అన్ని వైపులా పొగ కమ్ముకుని ఉంది.

అయితే పొగ ముగిసిన తక్షణం అన్నీ ఎప్పటిలా అవుతాయి.

బాంబ్ పేలిన స్థలం నుంచే పొగ వస్తోంది ...

నల్లటి పొగ ...

***

ఈ కథను ఇక్కడ ముగించటానికి మీరు నాకు అనుమతి ఇస్తారని అనుకుంటున్నాను. ఇంక కథను కొనసాగించటానికి నావల్ల కచ్చితంగా సాధ్యం కాదు. నా దేహం, ముఖం, నోరు అన్నీ పేలి ముక్కలు ముక్కలై మంటల్లో కాలిపోతున్నాయి.

నా ప్రేమపుష్పం, ఆ సుందర గులాబీ, నైనార్... బొమ్మను తీసుకోకుండానే ఆమె ఈ సూపర్ మార్కెట్‌ను వొదిలి ఎలా బయటికి నడిచింది?

అరే! నేను ఆ బొమ్మకు డబ్బులు ఇవ్వనే లేదు కదా?

అవును, ఇంకా బాగా జ్ఞాపకం ఉంది–దానికి నేను డబ్బులు ఇవ్వనే లేదు!

***

(సాక్షి ఫన్‌డే-ఆదివారం 23-06-2011)

వియత్నాం కథ : వు లె మాయ్

తల్లి పేగు

లైకు ఒక్క క్షణం ఏమీ తోచలేదు.సంకోచంతో ఆమె బుగ్గలు ఎర్రబారాయి. తన కొడుకుని చూసి రావటానికి ఆమెకు అనుమతి దొరికింది. ఆ విషయం ఎలా తెలిసిందో ఏమో గ్రామ రక్షణాదళపు సహోద్యోగులందరూ ఆమెచుట్టూ చేరారు. ఆమె కొడుకు కోసం బహుమతులను తెచ్చి ఆమె ముందు పెట్టారు. రేషన్‌లో దొరుకుతున్న ఘనీభూత క్షీరాన్ని అమృతమని సేవిస్తున్న కాలమది. బిడ్డకోసం తన భాగపు రేషన్‌ను ఒకడు త్యాగం చేశాడు.

"నాకన్నా బిడ్డకు పాలు ముఖ్యంగా కావాలి కదా?" అన్నాడు.

మరొకడు ప్యారాచూట్ గుడ్డముక్కను ఇస్తూ, "పిల్లవాడు ఉన్న ఇంటికప్పు సురక్షితంగా ఉండాలి. ఇప్పుడు వాతావరణం బాగులేదు. ముందుముందు ఎలా ఉంటుందో ఏమో..." అన్నాడు.

స్నేహితులకంతా ఏమని జవాబివ్వాలో తోచక ఆమె మౌనంగా చిరునవ్వు నవ్వింది. తన ఇబ్బందిని చూపించకుండా ఉండటానికి సరకులనంతా సంచిలో సర్దుకోసాగింది. గబగబ అన్ని పనులు ముగించుకుని తన ఆటోమ్యాటిక్ బందూకును అందుకుని అందరికీ వీడ్కోలు చెప్పి ఆ పల్లె వైపు బయలుదేరింది.

ఆ పల్లె అంటే ఏదో కాదు. ఆమె కొడుకును వొదిలి వచ్చిన పల్లె.

ఆమె కళ్ళ ముందు కనిపించిన పల్లె ప్రాంతం నిర్మానుష్యంగా ఉంది. బి-52లు గుడ్డిగా, క్రూరంగా జరిపిన బాంబుదాడి ఫలితంగా సరిహద్దులకు ఉత్తరాన ఉన్న భూమి అంతటా రక్తపుకాలువలు పారాయి.

దారులు, పల్లెలు, కళకళలాడే పచ్చటిపొలాలు అంతా భస్మాసురుడికి ఆహుతి అయ్యాయి. అక్కడక్కడ పెరిగిన పొదలు, చెట్లు నాశనమయ్యాయి. ఎక్కడ చూసినా

లోతైన గుంతలు. వాటిలో మట్టి ... కాదు, కేవలం దుమ్ము ... ఎఱ్ఱటి రంగుతో కళ్ళను కోస్తూ ఉంది. ఈ ఎరుపును చూసినపుడు లైకు గులాబీ పుష్పం గుర్తుకు రాదు, రక్తమే గుర్తుకు వస్తుంది. అక్కడక్కడ పొగలు లేస్తున్న దృశ్యమూ కనిపిస్తోంది. అది ఇప్పుడిప్పుడే విస్ఫోటనం వల్ల ఏర్పడిన పొగ. ఎంత వెదికినా ఒక్క మనుష్యాకృతి కనిపించదు. గ్రామీణులంతా ప్రాణభయంతో తల దాచుకోవటానికి వెళ్ళి చాలా రోజులయ్యాయి. ఎవరికీ బయటికి వచ్చే ధైర్యం లేదు. మునుపట్లా శత్రు విమానాలను పేల్చి కిందకు పడదోయడానికి లేదా పొలం పనులు చేయడానికీ ఎవరూ ప్రాణభయంతో బయటికి రావటం లేదు.

లై ఆలోచించకుండా ఈ ప్రయాణానికి పూనుకోలేదు. ఈ పట్టపగలు బయటికి రావటం ఎంత అపాయమో ఆమెకు తెలుసు. అయితే హృదయంలో ఎగిసిపడుతున్న మాతృభావనలను అదిమిపెట్టడం చాలా కష్టమైన పని. ఆ ముద్దుముఖాన్ని చూసి ఎన్ని రోజులు గడిచాయి? తన ప్రాణాల మీద ఆశను వొదులుకుని ఆ బిడ్డను కాపాడింది. పట్టుబట్టినట్టు ఏడుస్తున్నవాడిని సమాధానపరచడానికి అందరిముందు తన చంటిని వాడినోటికి అందించింది. అప్పుడు తానొక పద్దెనిమిదేళ్ళ అమ్మాయి అనే సంకోచం అడ్డు రాలేదు. అలాంటప్పుడు వాడికి తను 'తల్లి' కావటానికి, వాడిని తన 'కొడుకు' అని పిలవటానికి ఇంతకు మించిన హక్కు ఏమి కావాలి?

రక్షణాదళంలోని ఆమె సహోద్యోగులందరు ఆమెను ఆ బిడ్డ తల్లిగానే భావించి అలాగే పిలిచేవారు. హాస్యానికో, అల్లరిపట్టించడానికో అన్నది వేరు. వాడిని చూసి వచ్చినప్పుడంతా ఆమెను చుట్టుముట్టి వందలాది ప్రశ్నలు వేసేవారు. వాడి ముగ్ధమైన నవ్వు, కేకలు, అరుపులు, ఆటలు, తప్పటడుగులు వర్ణించి చెప్పటంతో ఆమె ఉత్సాహం పెరిగేది. ఒకసారి ఆమె "బిడ్డది నా పోలికే" అన్నప్పుడైతే సహచరుల హాస్యానికి ఒక నెపం దొరికినట్టయింది. "అవును కదా? ఆ బిడ్డకు జన్మ ఇచ్చినదానివి నీవే అయినప్పుడు వాడు నీ పోలికలతో ఉండటం ఎంత ఆశ్చర్యం?" అంటూ ఆట పట్టించేవారు.

అమెరికన్లు దాడులకు ప్రణాళికలు వేశారు. ఆ ప్రణాళిక ప్రకారమే చీకట్లోనే బుల్‌డోజర్‌లు, ఆయుధదళాలు వచ్చాయి. గ్రామీణులను ఇళ్ళనుంచి బయటికి ఈడ్చుకొచ్చారు. పారిపోతున్న వాళ్ళను పట్టుకుని హెలికాప్టర్లలో కుక్కారు. వాళ్ళను ఏక్కడికో తరలించారు. వాళ్ళేమయ్యారో తెలియదు. ఇళ్ళను, పొలాలను, తోటలను, గుడిసెలను అన్నిటిని ధ్వంసం చేశారు. ప్రతిఘటించినవారిని కాల్చి చంపారు.

చాలా మంది పల్లీయులు ఎలాగో తప్పించుకుని ఉత్తరం వైపు పారిపోయారు. బెన్‌హాయ్ నదిని చేరి దాన్ని దాటడానికి సమస్త ప్రయత్నాలు చేశారు. కొందరు పడవలలో,

కొందరు తెప్పల్లో, మరికొందరు కర్రదుంగల ఆధారంగా నదిని దాటారు. ఏమీ దొరకనివారు ఈదుతూ నదిని దాటారు. ఆ సమయంలో ఏమి చేయాలో తోచక కాలినడకన దాటడానికి ప్రయత్నించినవారూ ఉన్నారు. అలాంటివారిని వేటాడటానికి కేవలం కాల్బలాన్ని మాత్రమే కాకుండా వాయుసేనను అమెరికన్లు ప్రయోగించారు. సముద్రతీరంలో నావికాదళమూ సిద్ధంగా ఉండేది. ప్రసిద్ధిచెందిన 'మెక్నమార' రేఖ పొడువునా ఫిరంగులను సిద్ధంచేసి ఉంచారు. ఒక్కసారిగా మెషిన్‌గన్నులు గర్జించాయి ... బుల్లెట్లు కురిసాయి... బాంబ్‌లు పేలాయి. తప్పించుకుని పోవాలనుకున్న వారి మీద నిప్పుల వాన కురిసింది. ఆ దాటికి నేలకూలినవారు మళ్ళీ లేవనే లేదు.

లై అప్పుడు ఉత్తరం ఒడ్డున డ్యూటీలో ఉంది.

వెంటనే ప్రమాదపు సూచన తెలిపింది.

గొంతు చిరిగిపోయేలా కేక పెట్టింది.

"మనవాళ్ళను అమెరికన్లు చంపేస్తున్నారు."

"వాళ్ళను విడించాలి, రక్షించాలి. పదండి ముందుకు."

"మనవాళ్ళను వెనక్కు పిలిపించండి. మీ స్థానాల్లో సిద్ధంగా ఉండండి. ఆలస్యం చేయకుండా ఆయుధాలు ప్రయోగించండి ..." అంటూ సంక్షిప్తమైన ఆజ్ఞలు అందాయి.

ఆక్రమణకు సమాధానంగా మెషిన్‌గన్నులు, బులెట్లు సమాధానం చెప్పాయి. విమానాలను పేల్చేశారు. మళ్ళీ నిప్పుల వాన ... ఈ మధ్యలో సైనికులు తప్పించుకుని పారిపోయి వచ్చిన నిరాశ్రితులను తీసుకుపోయి ఒడ్డుకు చేర్చుతున్నారు.

లై నిరాశ్రితుల దగ్గరికి వచ్చింది.

ఒక పసిబిడ్డ రోదనధ్వని ఆమెను ఆపింది. అయిదునెలల బిడ్డ కావచ్చు. దురదృష్టవంతురాలైన తల్లి దగ్గర ఏడుస్తూ కాళ్ళు చేతులూ కొట్టుకుంటోంది. ఆ బిడ్డ తల్లి ఒంటి నిండా గాయాలతో లేవలేని పరిస్థితుల్లో నేలపై పడివుంది. లై కిందికి వొంగి బిడ్డను ఎత్తుకుంది. దగ్గర్లో ఉన్న ఒక రక్షణా స్థావరంలో దాన్ని పడుకోబెట్టి వెనుదిరిగి ఆ బిడ్డ తల్లిదగ్గరకు వెళ్ళబోయింది. అయితే బిడ్డ ఏడ్పు ఆపలేదు. మరింత గట్టిగా ఏడ్వసాగింది. లై తిరిగొచ్చి బిడ్డను ఒక బట్టలో చుట్టి ఎవరికంటా పడకుండా దాన్ని వీపుకు కట్టుకుంది. మళ్ళీ ఆమె పోరాటానికి సన్నద్ధురాలైంది.

రెండు గంటలపాటు ఆగకుండా కాల్పులు జరిగాయి. అంత సేపూ ఆమె బిడ్డను మోసుకునే ఉంది. బిడ్డ చాలాసేపటి వరకు ఏడిచిఏడిచి అలసిపోయింది. రాకెట్టు శకలం ఒకటి ఆమె భుజానికి తగిలి గాయమై రక్తంచిమ్మింది. బిడ్డపైనంతా ఎర్రటి రక్తం

పరుచుకుంది. అదృష్టవశాత్తు బిడ్డకు ఏమీ కాలేదు. చిట్టి పాప మృదువైన శరీరం ఆమెను తాకినపుడు ఆమెకు అవ్యక్తమైన ఆనందం కలిగింది. తన జీవితంలో మొదటిసారి ఆమెకు మాతృత్వపు ఆనందం ఏమిటన్నది అర్థమైంది. తన బిడ్డను సదా కాపాడే తల్లిలా ఆమె హృదయంలో మమతల కెరటాలు ఎగిసిపడ్డాయి.

అంతా ముగిసిన తరువాత తన వీపు నుంచి వేరుచేసి, చుట్టిన బట్టను విప్పి, ఆ పసిగుడ్డును మృదువుగా ఆయుధాలపెట్టె మీద పడుకోబెట్టింది. మేల్కొన్న బిడ్డ గాయపడ్డ ప్రాణిలా మళ్ళీ ఏడ్వసాగింది. లైకు భయం వేసింది. కంగారుగా మళ్ళీ బిడ్డను ఎత్తుకుని ఎదకు హత్తుకుని "ఏడ్వకమ్మా, ఏడ్వకు" అంటూ అటూ ఇటూ ఊయలలా ఊగసాగింది.

ఆమె సహచరుల ముఖాల మీద నవ్వులు విరిశాయి.

దుమ్ము, మందుగుళ్ళ పొడితో మురికియైన వారి ముఖాల్లోను చిరునవ్వులు విరిశాయి.

"ఆమె కొడుకట?" ఒకడన్నాడు.

"దత్తత తీసుకో" మరొకడు సలహా ఇచ్చాడు.

హఠాత్తుగా వారికి బిడ్డకు ఉదయం నుంచి పొట్టలో ఏమీ పడలేదని స్ఫురించింది. అక్కడ హడావుడి మొదలైంది. 'చనుబాలు ఇచ్చే పిల్లల తల్లుల్ని పంపేశామే. ఛీ, ఎంత పనయింది?' అని అనుకున్నారు. ప్రతీ ఒక్కరు పాలు కోసం పరుగులు పెట్టారు.

"లై, నీవే ఆ బిడ్డకు తల్లివి. దాన్ని సంభాళించడం నీ పనే" ఒక తుంటరి సలహా.

ఓ యువకుడు తల్లిపాలు తాగే బిడ్డలా పెదవులతో చప్పుడు చేశాడు. లై చెంపలు ఎర్రబారాయి. అయితే వేరే దారి కనిపించలేదు. గోడవైపు తిరిగి రవిక హుక్ తీసి బిడ్డ నోటికి తన ఎదను అందించింది. బిడ్డ ఆత్రంగా ఆమె ఎదను అందుకుని తన్మయతతో పాలకోసం చీకసాగింది. అయితే పాలురాక మళ్ళీ గట్టిగా ఏడ్వసాగింది. ఒకరి ముఖాలొకరు చూసుకున్నారు. ఏం చేయాలి దేవుడా? అనుకున్నారు. వంట చేసే శిబిరం మీద దాడి జరగటం వల్ల పాత్రలు, సరుకులు అన్నీ నాశనం అయ్యాయి. లై స్నేహితురాలు పక్క శిబిరం నుంచి ఓ గిన్నెలో పాలు తెచ్చింది.

పొట్టనిండిన తరువాత తన 'తల్లి' ఎదకు ఒరిగి భయమూ, కంగారు ఏదీ లేకుండా తృప్తిగా ఆ బిడ్డ నిద్రపోయింది. అందరు ఆ దృశ్యాన్ని సానుభూతితో చూశారు. అక్కడంతా నిశ్శబ్దం ఆవరించింది. గాలిలో పాలు, చెమటల మిశ్రమ పరిమళం తేలివచ్చింది.

దళం కమెండర్ శిబిరం తలుపు దగ్గరికి వచ్చి నుంచుని "ఇదేమిటి? అందరూ ఇక్కడ గుమిగూడారు. బాంబ్ దాడీ మన మీద జరుగొచ్చు" అన్నాడు.

అతడి కంఠస్వరంలో ఆశ్చర్యం ధ్వనించింది. లై చేతుల్లో ఉన్న బిడ్డ అతడి కంట పడగానే అతడు గొంత సవరించుకుని లోపలికి వచ్చాడు. మొరటుగా ఉన్న తన చేతులను చొక్కాకు తుడుచుకుంటూ వచ్చి బిడ్డ మృదువైన చేతులను సున్నితంగా తాకాడు. చిట్టి చేతులకు తన మొరటు గడ్డాన్ని తాకించాడు.

లై అతడి చూపును ఎదుర్కోలేకపోయింది. గుహలాంటి లోతైన కళ్ళు. వాటి చుట్టూ నల్లటి వలయాలు. ఆ రెప్పలు ఒకటై ఎన్ని రోజులయ్యాయో? అదే వయస్సు ఉన్న అతడి బిడ్డ కొన్ని రోజుల క్రితం చనిపోయిన విషయం ఆమెకు తెలుసు. తన తల్లితో అది సుఖంగా ఆడుకున్న గుడిసె ఇప్పుడు బూడిదగా మారి కరిగిపోయింది. ఆ సంఘటన జరిగిన చాలా రోజుల వరకూ అతను బూడిదకుప్పగా మిగిలిన తన 'ఇంటి' దగ్గరకు వెళ్ళివచ్చేవాడు. గతంలో తను పొలంనుంచి తిరిగివస్తూ కూర్చునే చోటే కూర్చునేవాడు. నది మీది గాలి చల్లగావీస్తూ లాలిపాట పాడుతున్న రోజులు జ్ఞాపకం చేసుకుంటూ సిగరెట్ తాగుతూ అక్కడ గంటలకొద్ది సమయం గడిపేవాడు.

"బాబు బొద్దుగా ముద్దుగా ఉన్నాడు" క్షణం మౌనం తరువాత అతనన్నాడు. కొద్దిసేపటి తరువాత మళ్ళీ, "వీణ్ణి వెంటనే సురక్షితమైన స్థానానికి చేర్చాలి. శత్రువులు నిరంతరం బాంబు దాడులు చేస్తున్నారు. లై, నీ వెంట హియాన్‌ను తీసుకెళ్ళు. బిడ్డను సురక్షితమైన చోటికి చేర్చి రండి" అన్నాడు.

లై మరియు హియాన్ ఆ రాత్రే బయలుదేరారు. వింగ్‌లింగ్ గ్రామంలో ఏ మాత్రం పరిచయం లేని ఓ కుటుంబీకులకు ఆ బిడ్డను అప్పగించారు. బాంబుదాడులు జరుగుతున్నా అక్కడే ఉంటున్న కుటుంబాలలో అదీ ఒకటి. అయితే అది పేరుకే కుటుంబం. అక్కడున్నవాళ్ళలో ఒకరితో మరొకరికి పరిచయమే లేదు. రక్తం పంచుకుని పుట్టకపోయినా యుద్ధకాలంలో కలిసిపోయారు. ఒకరికొకరు తోడుగా నిలిచారు. చేయాల్సిన పనులు పంచుకుని చేస్తారు. తినే రొట్టెను పంచుకుని తింటారు.

స్నేహితురాళ్ళిద్దరూ లోపల అడుగుపెట్టినప్పుడు పొయ్యిముందు కూర్చున్న ఓ ముసలామె వారి కంటపడింది. విమాననాశక షెల్స్‌వల్ల తయారైన మూడుకాళ్ళ పొయ్యి మీద ఆమె పందుల కోసం ఏదేదో వేయిస్తోంది.

ముసలామె వీళిద్దరినీ, వారి చేతిలోని బిడ్డను చూసి, "ఈ బిడ్డను తీసుకుని ఎక్కడికి పోవాలనుకుంటున్నారు? అయ్యో దేవుడా! మీరు బెన్‌హాయ్ నదీతీరం నుంచి వచ్చినవారు కారుకదా?" అని అడిగింది.

"అవునవ్వా, అక్కడి నుంచే వచ్చాం" అని లై చప్పున జవాబిచ్చింది. బిడ్డ తనది కాదని అందరికి తెలియటం లైకు ఇష్టం లేదు. అయితే హియాన్, "మీ దగ్గర ఈ బిడ్డను వొదిలిపెడదామని దక్షిణతీరం నుంచి ఇక్కడికి తెచ్చాం. బిడ్డతల్లి నది వొడ్డునే చనిపోయింది" అంటూ నిజం చెప్పేసింది.

"ఏమన్నావు?" ముసలిది గట్టిగా అడిగింది. నిజానికి అరిచిందనాలి. తరువాత ఏదో గుర్తొచ్చినట్టు ఆమె వెంటనే గబగబ కాస్త కాలిపోయిన ఓ పాత చాపను నేలమీద పరిచింది. తరువాత పక్కకు తిరిగి పుస్తకాల బూరువాలోంచి ఏదో గ్రంథం కోసం వెదుకుతున్న యువకుడితో, "సా, ఏది? నాక్కొంచెం వెలుతురు వొదులు. అవునూ, కాపలా ఉండాల్సినవాడివి ఎందుకు ఇంత తొందరగా వచ్చావు? నీ భాగం రేషన్ బియ్యాన్ని ఆ మూలలో ఉన్న అలమారులో పెట్టాను తీసుకో" అంది.

అక్కడ ఒక దీపం వెలుగుతోంది. నిజానికి ఆ దీపం ఓ బాంబ్ అవశేషం. దాని వెలుతురులో ఆ వృద్ధురాలు ఆ బిడ్డను ఎత్తుకుంది. దుస్తుల్లో చుట్టబడిన బిడ్డ చిట్టి చేతులను చాపి వృద్ధురాలి తెల్లటి జుత్తును గట్టిగా పట్టుకుంది.

"నాతోపాటు ఉంటావా చిట్టితండ్రీ?" అని ముసలామె అడిగింది.

"వీడి బట్టలు, మిగతా వస్తువులు ఎక్కడున్నాయి? వాడికి చక్కగా బట్టలు తొడిగించి తీసుకుని వచ్చిండొచ్చు కదా?" అంది ముసలామె.

"వాడి బట్టలన్నీ చిరిగి పీలికలైనాయని తీసి పారేశాం" అని లై జవాబిచ్చింది.

ముసలామె మూలల్లో అంతా వెదికింది. "మిఖా, మిఖా ..." అని కేక వేసింది.

మిఖా ప్రత్యక్షమయ్యాడు. అతని వొంటిమీద ప్యాంట్ మాత్రమే ఉంది. చొక్కా లేదు. చేతిలో పెద్ద కత్తి పట్టుకుని ఉన్నాడు.

"మొదట్లో ఇక్కడ ఉన్న పిల్లల బట్టలేవైనా ఉన్నాయేమో చూడు నాయనా! ఉంటే తెచ్చివ్వు. ఈ బిడ్డ చూడు. దిక్కులేని అనాథ. నది దక్షిణం వైపు నుంచి ఇక్కడికి వచ్చింది"

అతను మౌనంగా విన్నాడు. కళ్ళను పెద్దవి చేసి బిడ్డ వైపు ఒక్క క్షణం చూశాడు. మాట్లాడకుండా లోపలికి నడిచాడు. గేదె అంబా అనటం వారికి వినిపించింది. ఉన్నట్టుండి తలుపు సందులోంచి పెద్ద వెలుతురొకటి లోపలికి తోసుకొచ్చింది. ఉరుములాంటి సద్దు వినిపించింది. ఓ జెట్ విమానం ఆకాశంలో కర్కషంగా సద్దు చేస్తూ ఎగిరిపోయింది. ముసలామె వెంటనే బిడ్డను తన చెరుగులో దాచుకుని నేలమాళిగలోకి దిగింది.

దగ్గర్లో ఎక్కడో ఓ బాంబ్ పేలిన సద్దు వినిపించింది. భూమి అదిరింది.

లై లేచి నుంచుంది.

"మేము వెళ్ళాలి. మా సహచరులు మా కోసం ఎదురుచూస్తుంటారు" అని మళ్ళీ నెమ్మదిగా "బిడ్డ ఖర్చు కోసం కొంత సొమ్ము..." అంది.

ముసలామె కొంచెం అసహనంతో, "నీ డబ్బు నీ దగ్గరే ఉండనీ, వీడు నా మనువడు. వీడిని సాకటానికి నాకు ఇతరుల సహాయం కావాలా?" అంది.

ఆ బిడ్డ తన కొత్త కుటుంబంలో ఇలా చేరుకుంది. వచ్చిన కొద్ది రోజుల్లోనే అది అందరికి ప్రాణమైంది. వైమానికి దాడి సూచన కనిపించిన క్షణమే బిడ్డను నేలమాళిగలో ఊయల సమేతంగా కిందికి వొదలడానికి ఒక యంత్రసాధనాన్నే తయారు చేయడం జరిగింది. వాడి దుస్తులకోసమే ఒక చిన్నపెట్టె తయారయింది. వాడి ఆహారాన్ని జాగ్రత్తగా ఉంచడానికి ఒక చిన్న చెక్కబీరువా సిద్ధమైంది.

మూగవాడిలా ఉన్న మిఖాలో కూడా ఉత్సాహం తిరిగొచ్చింది. అతడు ఒక విచిత్రమైన వ్యక్తి. సంభాషణలో పాల్గొనేవాడు కాడు. బాంబ్‌దాడి జరుగుతున్నప్పుడు అతి ప్రమాదకరమైన ప్రదేశంలోనూ అవసరమైతే ముందుకు దూసుకుపోయేవాడు. తన కోసం కట్టుకున్న గూడులో తన గేదెతోపాటు ఉండేవాడు. ఆ గేదెకూడా అతడిలా విచిత్రమైన జీవి. అది చాలదన్నట్టు దాని కొమ్మొకటి రాకెట్ ముక్క తగలటం వల్ల విరిగిపోయింది.

మిఖా ఇప్పుడు ఇంటికి వచ్చేటప్పుడు ఒట్టి చేతులతో రానేరాడు. బిడ్డ కోసం ఒక తూనీగనో, అడివి పువ్వునో, బాంబ్‌షెల్ అవశేషాన్నో ఏదో ఒకటి తెచ్చేవాడు. బిడ్డను చూడగానే చిరునవ్వు నవ్వేవాడు. పిల్లవాడు నవ్వుతూ చేయూపితే అతనికెంత సంతోషమో!

తన 'కొడుకు'ను చూడటానికి లై నెలకు ఒకసారో రెండుసార్లో తప్పకుండా వచ్చేది. కొత్త కుటుంబంలో వాడు సర్దుకుపోవడంతో ఆమె సంతోషించింది. వాడికి రకరకాల పేర్లు పెట్టారు. ఒకరు బక్ (ఉత్తరం) అనేవారు. మరొకరు నామ్ (దక్షిణం) అని పిలిచేవారు. అయితే స్వతహాగా లైకు, ఆమె యువసహచరులకు ఇష్టమైన పేరు చియన్ థంగ్. దాని అర్థం 'విజయం'.

పల్లె మరోమూలలో ఉన్న ఓ గొర్రెలకాపరి కూతురు ఆ పసివాడి పట్ల చాలా అభిమానాన్ని పెంచుకుంది. ప్రతీరోజు వాడితో రకరకాల ఆటలు ఆడేది. యుద్ధం ఆట ఆడేటప్పుడు ఆమె కమాండర్ "చియన్ థంగ్! యుద్ధానికి సిద్ధం!" అని దర్పంగా కేక వేసేది. ఏమీ అర్థంకాని ఆ బిడ్డ రెప్పలువాల్చక చూస్తూ బోసినవ్వులు నవ్వుతూ కేరింతలు కొడుతున్నప్పుడు అందరూ పడిపడి నవ్వేవారు.

పల్లెలోని ఇతర పిల్లలూ రోజువారీ పనులు ముగించుకున్న తరువాత పిల్లవాడ్ని చూడటానికి అక్కడికి వచ్చేవారు. ఊయల చుట్టూ నుంచునేవారు.

"ఇక్కడి నుంచి పదండి, ఈ గుడిసెలో అసలే బిడ్డకు గాలి చాలదు. ప్రమాద సమయంలో ఇలా గుంపుగా నుంచోవటం తప్పు అని తెలియదా?" ముసలిది బెదిరించి వాళ్ళను తరిమేసేది.

అయితే ఆమె మాట వినేదెవరు? ప్రతీరాత్రి వాళ్ళు తప్పకుండా వచ్చేవాళ్ళు. ఇల్లంతా నవ్వులు, కేకలు, అల్లరితో హోరెత్తిపోయేది.

జిల్లా సమితి అధ్యక్షుడి నుంచి వృద్ధురాలికి ఎన్నోసార్లు సురక్షిత ప్రదేశానికి పిల్లవాడిని పంపేయమని సూచనలు వచ్చాయి. ఆమె ఆ మాటలు పట్టించుకోలేదు.

"నేను గట్టిగా ఉన్నాను. నా మనువడు గుండ్రాయిలా ఉన్నాయి. మా ఇద్దరిని ఆమెరికన్లు ఏమీ చేయలేరు" అనేది.

జిల్లా పౌరసమితి అధ్యక్షురాలికి ముసలామె మనస్సును మార్చడానికి మధ్యవర్తిత్వం వహించాల్సి వచ్చింది. వాస్తవానికి ఆమె ముసలామె మనుమరాలు. అయినా ముసలామె నిర్ణయం మారలేదు. అధ్యక్షురాలికి మాట్లాడే అవకాశమే దొరకలేదు.

"నాలో శక్తి ఉడిగిపోయిందనుకున్నావా? పిల్లవాడిని చూసుకోలేననుకున్నావా? నీవింకా చిన్న పిల్లగా ఉన్నప్పుడు నేను సైన్యంలో ఉన్నాను. తెలుసా? అంతగా కావాలంటే మీ మామ గురించో, అన్న గురించో కంగారు పడు. ప్రాణాల మీద ఆశ వొదిలి పోరాడిన వాళ్ళం" అంటూ అధ్యక్షురాలిని మాట్లాడనివ్వలేదు.

నిరాకరణకు ముసలామె ఏ కారణాలనూ ఇవ్వలేదు. అయితే ఆ కారణాలు ముఖ్యమైనవన్నది సత్యం. ఆమె ఒక్క క్షణం కనిపించకపోతే చిన్నారి చియన్‌థంగ్ ఏడ్వడం మొదలుపెట్టేవాడు. ఆమె దగ్గితే చిరునవ్వు నవ్వేవాడు. అలాంటి పిల్లవాణ్ణి వొదిలి ఎలా ఉండగలదు? అంతే కాకుండా పొరుగు ప్రాంతాన్ని చేరటానికి రెండు రోజులు నడవాలి. బాంబ్‌లు, షెల్‌ల మధ్యన ప్రయాణం చేయాలి. ఆమె వెళ్ళిపోతే ఇక్కడ బ్రిగేడ్ కోసం వంట చేయడానికి ఎవరున్నారు? పందుల సంరక్షణ ఎవరు చూస్తారు? కుటుంబానికి చెందిన సా కూడా యుద్ధంలో పాల్గొంటున్నాడు. మూడేళ్ళు గడిచాయి. వాడు తన తండ్రిని, చెల్లెళ్ళను చూడటానికి వెళ్ళనేలేదు. ఇక మిఖా విషయానికి వస్తే అతడికి తన గేదే పొట్ట గురించే చింత ఎక్కువ. వీరే కాకుండా చద్దిఅన్నాన్ని పరమాన్నంగా భావించి తినేటటువంటి అలసి సొలసిన సైనికులు ... వీళ్ళందర్ని వొదిలి దూరంగా వెళ్ళిపోవటమే? ఊహూ! అది సాధ్యం కాదు.

లోయల గుండా, సొరంగాల గుండా నడిచొస్తున్న లై తన 'కొడుకు' గురించే ఆలోచిస్తోంది. మరో రెండు గంటల్లో తను వాణ్ణి ప్రేమగా ఎత్తుకుని గుండెలకు హత్తుకుని వాడి వీపు తడుతుంది. వాడు తన మెడను కౌగిలించుకుని బుగ్గకు ముద్దులుపెట్టి ముఖమంతా ఎంగిలి చేస్తాడు. నడిచొచ్చిన ఆయాసమంతా ఒకే క్షణంలో మాయం. ఆ రాత్రి గుడిసెను బాగా శోధించాలి. నిరంతర బాంబుదాడులను తట్టుకోగల శక్తి ఆ కర్రదుంగలకు ఉన్నాయో లేదో?

ఇలా రకరకాలుగా ఆలోచిస్తూ మధ్యాహ్నమంతా నడిచింది. బెన్‌హయ్ నది నుంచి చిన్నారి చియన్ ఉండే పల్లెను చేరటానికి ఎన్నో కిలోమీటర్లు నడవాల్సిన దారి. సొరంగమార్గాల ద్వారా దాటిరావాలి. కొన్నిసార్లు హఠాత్తుగా ప్రేలిన బాంబువల్ల సొరంగాలు మూసుకుపోతాయి. అప్పుడు మళ్ళీ వెనుతిరిగి కొత్త మార్గాలను వెదకాల్సి వస్తుంది. ఇలా రకరకాలుగా తిరిగి ఇల్లు చేరేసరికి చీకటి పడింది.

"చియన్... చియన్ థంగ్ !" అంటూ ఆనందంతో ఆమె కేక వేసింది.

జవాబు రాలేదు. పొయ్యి దగ్గర కూర్చున్న ముసలామె నోరు విప్పలేదు. చిన్నారి సా గోడకు వొరిగి నుంచున్నవాడు లై వైపు చూశాడు. మరుక్షణం తన ఆటోమ్యాటిక్ బందూకులో గుళ్ళను నింపసాగాడు. మిఖా తలుపుకు ఆనుకుని కూర్చుని పగ్గం పేనుతున్నాడు. అతను వచ్చిన కొత్త మనిషిని చూడనే లేదు.

లై నిర్ఘాంతపోయింది. ఆమె ఒళ్ళంతా చెమటలుపట్టాయి. పిల్లవాడికి జరగరానిది ఏమైనా జరిగిందా? అనే అనుమానం కలిగింది.

"అమ్మా నా బిడ్డ ఎక్కడ?" వొణికే కంఠంతో అడిగింది.

చీరకొంగుతో కళ్ళొత్తుకుంటూ ముసలామె "వాడా? వాడి తల్లి ఇదిగో ఇప్పుడే వచ్చి వాణ్ణి తీసుకునిపోయింది?" అంది.

"ఏమన్నావ్? నా బిడ్డను తీసుకుపోయిందా?" లై అరిచింది.

ఆమె తల తిరిగినట్టయ్యింది. చేతిలో ఉన్న ఆటోమ్యాటిక్‌ను మంచం మీదికి విసిరి "వాడి...వాడి ...తల్లి బ్రతికిందా?" అంది

ముసలామె అవునన్నట్టు తలాడించింది. ఆమె ముఖంలో చిరునవ్వు చోటు చేసుకుంది. నీళ్ళు నిండిన కళ్ళతో ఆమె నవ్వింది.

ఆటోమ్యాటిక్‌కు గుళ్ళు నింపడం పూర్తయిన తరువాత సా నెమ్మదిగా, "ఆ పిల్లవాడి తల్లి నది దాటేటప్పుడు గుండుతగిలి కిందపడి మూర్ఛపోయిందట. అయితే సంరక్షణా దళంవారు ఆమెను చూసి కాపాడరట. ఇప్పుడు ఆమె విమాననాశక విభాగంలో వంటపనికి

కుదిరిందట. వాళ్ళు ఇక్కడ వొదిలిపోయిన పందుల్ని తీసుకెళ్ళటానికి ఆమె వచ్చింది. ఇక్కడ పిల్లవాణ్ణి చూడగానే గుర్తు పట్టింది. ఆ పిల్లవాడు కూడా తల్లి దగ్గరకు తీసుకోగానే ఆమెను కరుచుకుపోయాడు" అన్నాడు.

లై కంఠం దుఃఖంతో పూడుకుపోయింది. ఆమె కలలన్నీ బాంబు ప్రేలుడువల్ల పేలిపోయిన మానవశరీరాల్లా చెల్లాచెదురయ్యాయి. బిడ్డను పెంచి పెద్దచెయ్యాలనే ఆమె కోరిక కళ్ళముందే కరిగిపోయింది.

బిడ్డ తల్లి బదికి ఉండటం, ఆమె ఇక్కడికే రావడం, బిడ్డను గుర్తుపట్టడం, ఇదంతా హుతాత్ములకు బీడు అయిన ఈ వింగ్ లింగ్‌లో సాధ్యమా ? ఏదీ ఏమైనా లై ఆ బిడ్డ ముద్దులు మూటగట్టే ముఖాన్ని మరవలేదు. ఆ చిన్నారి సుకుమారమైన చేతులు, బూరె బుగ్గలు, నవ్వేటప్పుడు బుగ్గన పడే సొట్టలు, మెరిసే కళ్ళు, బంగారురంగు జుత్తు... ఎర్రటి పెదాలు, అవి విచ్చుకుని నవ్వినపుడు ఎగసిపడే సంతోషపు లహరులు, వాడు తొదలుతూ 'అ...మ్మా' అనే పద్ధతి ...వీటన్నిటిని ఆమె మరువగలదా?

కొద్దిసేపటి మౌనం తరువాత తనను తాను కూడదీసుకుని అడిగింది, "ఆమె ఏ విభాగంలో పని చేస్తోంది?"

"థు ఆన్ విభాగంలో"

"థు ఆన్ విభాగంలోనా? అయినా ఆమెను కొన్నాళ్ళయినా ఆ బిడ్డను ఇక్కడ వొదిలి వెళ్ళమని చెప్పలేదా? నాకు ఆ భాగంతో పరిచయం ఉంది. ఎల్లప్పుడు ఒకచోట నుండి మరొక చోటికి సంచరించే విభాగం. యుద్ధం తీవ్రంగా ఉన్నచోట మాత్రమే అది స్థావరం ఏర్పరుచుకుంటుంది"

ముసలామె "నేను పదేపదే చెప్పాను. సా కూడా అదే మాట అన్నాడు. నీవు వచ్చే వరకైనా ఆగమని. అయితే ఆమె ఏడ్చి, మొత్తుకుని గొడవ చేసింది. బతిమిలాడింది. రేపు ఆమె విభాగాన్ని విడిచి ఆయా ఉద్యోగానికి శిక్షణపొందటానికి హనాయ్‌కు వెళుతోందట. పిల్లవాడిని తీసుకుని వెళతానంది. ఇలాంటి పరిస్థితిలో మనం ఏమి చేయగలం? ప్రస్తుతం తల్లీబిడ్డ కలిశారుకదా అని సంతోషించాం" అంది.

తాను పేనుతున్న పగ్గాన్ని కింద పడవేసి మిఖా బయటికి వెళ్ళాడు. సా తన ఆటోమ్యాటిక్‌ను గోడకు ఆనించి తానూ గొడకు వొరిగి నుంచున్నాడు. విలక్షణమైన వెలుతురు లోపలికి దూసుకొచ్చినట్టు అనిపించింది. ఇల్లంతా ఖాళీ ఖాళీగా కనిపిస్తూ బావురుమంటోంది. అసహనీయమైన మౌనం ఆ ప్రదేశాన్ని కమ్ముకుంది. దిమ్మె మీద

కూర్చున్న పురుగొకటి కర్రను తొలుస్తున్న సద్దు వినిపించింది. మట్టి యొక్క శీతల పరిమళం గాలిలో తేలుతూ వచ్చింది.

లై తన మూటను, ఆటోమ్యాటిక్‌ను ఎత్తుకుని లేచి నిలబడింది. చివరిసారిగా పిల్లవాడిని చూడానుకుంది. చివరిసారి వాడి పాలబుగ్గలను ముద్దాడి, వాడి కోసం తెచ్చిన చిరుతిళ్ళను, బహుమతులను ఇవ్వాలని, తాను అసూయపడుతున్న వాడి తల్లితో ఒకటి రెండు మాటలు మాట్లాడాలని, అప్పుడప్పుడు ఉత్తరాలు రాసి తన 'కొడుకు' సమాచారాన్ని తెలపమని అర్థించాలని అనుకుంది.

ముసలామె లోపలికి వెళ్ళి బాగా మగ్గిన ఒక అరటి పండును తెచ్చి పెట్టింది.

"బిడ్డకు ఇవ్వు ...నీ వెంబడి సా వస్తాడు. వాడికి థు ఆన్ దారి బాగా తెలుసు" అంది ముసలామె.

సా లేచి తన టోపిని ఆటోమ్యాటిక్‌ను పట్టుకుని లై కోసం ఎదురు చూస్తూ నుంచున్నాడు.

లై తలలో హఠాత్తుగా ఓ ఆలోచన మెరిసింది.

"అమ్మా! ఆమె లింగ్ వింగ్‌కు ఎప్పుడొచ్చిందో ఆడిగారా?" అని లై అడిగింది.

ముసలామె ఆశ్చర్యంతో "ఏమిటీ?" అని అడిగింది.

ఆమె బిడ్డతోపాటు పడవ నుంచి ఎక్కడ దిగిందో అడిగారా?"

"అరే, అది నీవు ఉన్న పల్లె పక్కనే కదా?"

"అవును, ఇంతకీ ఏ రోజట?"

ముసలామె పిల్లవాడి వైపు తిరిగి "చెప్పు సా" అంది.

"మే ఏడున... అమెరికన్లు హిమ్మెట్టినది నీళ్ళలో విషం కలిపారు కదా ఆ రోజున... మన భారీ ఫిరంగులు కాన్‌టియన్, డాక్‌మియుపై కాల్పులు మొదలుపెట్టిన రోజున ..."

"అయ్యో దేవుడా! ఆమె పొరబడింది. వాడు ఆమె కొడుకు కాదు" అని లై అరిచింది.

"ఏమిటీ?" ముసలామే నిర్ఘాంతపోయింది.

సా మరియు మిఖా ఇద్దరూ ఆశ్చర్యంగా చూడసాగారు.

"ఆమె పొరబాటు పడింది. నేను చియన్ థంగ్‌ను రక్షించి తీసుకొచ్చింది మే అయిదున. అంటే అమెరికన్లు దాడీ మొదలుపెట్టిన రోజున. ఈమె నది దాటింది మే ఏడున. అంటే నేను బిడ్డను తెచ్చిన రెండవ రోజున ఈమె వచ్చింది. అంటే వాడు ఆమె కొడుకు కాదు" అంది లై.

"నీవు ఇప్పుడు చెప్పింది నిజమా?" మిఖా తీక్షణంగా అడిగాడు.

"నిజం" లై సమాధానం ఇచ్చింది.

మూలలో ఉన్న తన ఆటోమ్యాటిక్‌ను అందుకుని, "ఇప్పుడే వెళ్ళి బిడ్డను తిరి తీసుకొస్తాను. సా నీవు నా వెంబడి రా" అన్నాడు మిఖా.

లై అడుగు ముందుకు వేసింది.

"ఆగండి" ముసలామె లై భుజాన్ని పట్టి ఆపింది.

"ఎవరూ ఎక్కడికీ వెళ్ళకండి" అంది.

ఆమె ధ్వని తీక్షణంగా ఉంది. అందరూ పరస్పరం ముఖాలు చూసుకున్నారు.

"వద్దు, ఆమెను రెండవ సారి దుఃఖాన్ని గురిచెయ్యడానికి మనకు హక్కు లేదు. ఆ బిడ్డను ఆమెకే వొదిలెయండి. నన్ను అర్థం చెసుకోండి..."

ఆమె కంఠం దుఃఖంతో పూడుకుపోయింది.

బయట బాంబు ప్రేలుళ్ళు వినిపిస్తున్నాయి. ఎవరూ నోళ్ళు విప్పలేదు.

లై తన ఆటోమ్యాటిక్‌ను మళ్ళీ మంచం మీద విసరి చేతులతో ముఖాన్ని దాచుకుని వెక్కి వెక్కి ఏడ్వసాగింది.

మిఖా తన బందూకును స్వస్థానానికి చేర్చి తను పేనుతున్న పగ్గపుపనిలో మళ్ళీ నిమగ్నమయ్యాడు.

ముసలామె చీరకొంగుతో కన్నీళ్ళు తుడుచుకుంటూ కాయగూరలు తరగటానికి పూనుకుంది.

సా తన భుజానికి బందూకును తగిలించుకుని నెమ్మదిగా మెట్లు దిగి కిందికి వచ్చాడు.

రాకెట్ జ్వాలల మందకాంతిలో కరిగిపోయాడు.

***

(విపుల, మాసపత్రిక, ఏప్రిల్ 2014)

పోలీష్ కథ : ఇదా ఫింక్

కంచెకావల ...

ఆగాఫియా గుమ్మం దగ్గరికి వచ్చి గోడకు వొరిగి నుంచుంది. ఆమె పొట్టిదైనా దృఢమైన శరీరంకల మనిషి. కాంతివంతమైన ముఖం. ఆమె కళ్ళు చిన్నవి. గోధుమ రంగుతో ఆ కళ్ళు ఎల్లప్పుడు కన్నీటి పల్చటి తెర చాటున కనిపించేవి. ఆ కళ్ళు ఒక్కొక్కసారి నవ్విస్తాయి. ఒక్కొక్కసారి అత్యంత కోపాన్ని కలిగిస్తాయి. అది ఆగాఫియా మనస్థితిని అవలంభించి ఉంటుందే తప్ప నాది కాదు. ఆమె తలుపును బాదడం, పాత్రలను నేలకు కుక్కటమే కాకుండా ఆ చిన్నకళ్ళు నుంచి నిప్పురవ్వల్ని రాల్చటం ద్వారా తన మనస్థితిని ప్రకటిస్తుంది. ప్రస్తుతం ఆమె కిటికీ తెరను తీసేస్తే బాగుంటుందనిపిస్తోంది.

జూలైమాసపు ఎండ మండిపడుతోంది. ఆగాఫియా ఓ కథ చెప్పటానికి సిద్ధమవుతోంది. సుమారు ఇరవై ఏళ్ళుగా ఆమె నాకు కథలు చెబుతూ వస్తోంది. బహుశా వాటిని రాసి పెట్టివుంటే అది ఈ చిన్న ఊరియొక్క, ఇక్కడి నివసిస్తున్నవారి యొక్క వృత్తాంతం అయ్యేదేమో? చాలా సరళమైన విషయాలతో కూడుకున్న ఆ కథలన్నీ సంకీర్ణమైనవి. అంతే కాకుండా అల్పమైన వివరాలతో కూడుకుని మొదట్లో అనవసరమైనవని అనిపించేలా ఉండేవి. చివరికి ఈ కథలే చాలా వర్ణరంజితమైనవని, పరిపూర్ణమైనవని అనిపించేవి.

ఆగాఫియా కథలు బాహ్య ప్రపంచంతో నాకు సంపర్కం కలిగివుండే ఏకమాత్రపు కొండీ. చాలా సంవత్సరాల నుంచి నేను ఈ కుర్చీకే పరిమితమై పోయాను. కాళ్ళ బలహీనత వల్ల నేను ఈ కుర్చీకే పరిమితమయ్యాను. ఎవర్నీ కలవటం లేదు. ప్రతిరోజూ అస్పష్టమైన దూరపు శబ్దాలన్నీ నా దగ్గరికి, చాలా కాలం క్రితం నా భర్త వేసిన ఈ బలమైన ఎత్తయిన కంచె దాటి వస్తాయి. అయినా ఈ ఏడాది నుంచి, అంటే జర్మన్ సైనికుల గుంపుకు బలియై, గతంలో ఎన్నడూ కనీ, వినీ ఎరుగని క్రూరత్వాల వల్ల జీవితం కమ్ముకుంటున్నప్పటి నుంచి, ఆగాఫియా వార్తలే నేను మా కాలపు చరిత్రలో

భావుకురాలిగా, నిష్క్రియురాలిగా, భాగం వహించే మార్గమైంది. ఆగాఫియా కారణం వల్లనే నా విశాలమైన ఈ ఇల్లు, పండ్ల చెట్ల తోట మధ్యన ఉన్న ఇల్లు-జర్మన్ అధికారుల నివాసగృహంగా మారటాన్ని తప్పించుకుంది. ఆమె అదెలా సాధించిందో ఈనాటికీ నాకు తెలియదు. నేను అడిగినప్పుడల్లా ఆమె మాటమార్చుతూ "ఆ ముండా కొడుకులకా? వారికొక చిల్లిగవ్వ కూడా ఇవ్వను. అలాంటప్పుడు వారికి ఇక్కడ బస కల్పించే మాట అసాధ్యం" అని సమాధానం ఇచ్చేది.

కొన్నాళ్ళ తరువాత నా రోసెంతాల్ పింగాణి పాత్రలు కనిపించలేదు. ఆమె వారికి లంచంగా ఇచ్చి ఉండొచ్చని అనిపించింది. అదే విషయాన్ని ఆమెను అడిగినపుడు ఆమె, "మనుషులకు తినటానికి తిండి లేదు. నీకు నీ పింగాణి పిచ్చి ...ఛీ... " అంది.

నేను మౌనం వహించాను. నాకు సిగ్గు వేసింది. ఆమె మాటల్లో వాస్తవం ఉంది.

సూర్యుడు ధగధగా మెరుస్తున్నాడు. చాలా కాలంగా దుమ్ము కొట్టకపోవడం వల్ల, కార్పెట్ల నుంచి, పరదా నుంచి గోధుమవర్ణపు ధూళికణాలు సూర్యుడి కిరణాలకు మెరుస్తూ పైకి లేస్తున్నాయి. ఆగాఫియా నడుం చుట్టూ ఏప్రాన్‌కు బదులుగా చిరిగిన గుడ్డముక్కను చుట్టుకుని గుమ్మంలో నుంచుంది. ఆమె ఎప్పుడూ నుంచునే కథ చెప్పేది. చేతిలో ఒక ఖాళీ ట్రే. ఈ సారి ఒక మహాకావ్యన్నే నేను నిరీక్షించాను. అతి ప్రయత్నం మీద కుర్చీ నుంచి పైకిలేచి కార్పెట్‌మీద ఒక్కొక్క అంగుళం చలించాను. ఒక దారాన్ని లాగినందుకు మెరిసే ఆ పచ్చదనం, ఆ దక్షిణం వైపు బింకంగా వాలుతూ ఉన్న సమృద్ధ సూర్యకాంతి పుష్పాలు మరుగయ్యాయి. భ్రమరాల ఝుంకార నాదం వినిపించలేదు.హఠాత్తుగా దట్టమైన ఎర్రటిమద్యపు కాంతిలాంటి చీకటి గదిని ఆక్రమించింది. తడబడే అడుగులతో నేను నా కుర్చీని చేరుకుని ఆమె ప్రతిక్రియ కోసం ఎదురు చూశాను. "ఫరవాలేదు, వ్యాయామం నీకు మంచిది"అంది. అయితే ఆగాఫియా నా వైపే చూడటం లేదు. నేను ఈ పాత కుర్చీలో కూర్చున్న వెంటనే తాను చెప్పవలసిన మొదటి మాటల గురించి ఆమె ఆలోచిస్తున్నట్టు అర్థమైంది. నేను గుమ్మం వైపు చూస్తూ తల పైకెత్తాను. ఆమె మాటలు వినటానికి సిద్ధమయ్యాను.

"ఈవాళ అడివిలో రెండు ట్రక్‌ల నిండా ఉన్న జ్యూలను కాల్చి చంపారు" అని ఆగాఫియా ప్రారంభించింది.

ఆమె ఆ చెమర్చిన కంటి చూపులను సూటిగా నా వైపు విసిరింది. నా చేతులు వాటంతటవే నుదుటి మీదికి వెళ్ళాయి. అయితే వెంటనే ఆమె తీక్షణమైన చూపులకు బెదరి కిందకు దించాను

ఊళ్ళో నాజీలు సాగిస్తున్న క్రూరకృత్యాల పట్ల ఆమె మొదటిసారి చెప్పినపుడు నేను బలహీనంగా వ్యతిరేకించాను. "ఆగాఫియా డియర్, నేను అదంతా వినలేను. నేను రోగిని. నాకు చెప్పకు"అని అన్నప్పుడు ఆమె "మనకు తెలిసివుండాలి" అని అనటం గుర్తుకొచ్చింది.

"మనం దాని గురించి తెలుసుకుని ఉండాలి. మనం దాన్ని చూడాలి. జ్ఞాపకం పెట్టుకోవాలి" అని సమాధానం ఇచ్చింది. అటు తరువాత ఆమెను ఆపటానికి నాకు ధైర్యం చాల్లేదు.

"ఉదయం వాళ్ళను కాల్చి చంపారు. అప్పుడు నీవింకా పడుకునే ఉన్నావు. నేను తొందరగా లేచాను. నేను, నా సోదరుడు పిండి తేవటానికి లుంబియాంకి వెళుతున్నాం. ఇంట్లో కొంచెం కూడా పిండి లేదు. మేము అక్కడ చేరేసరికి ఏడు గంటలైంది. మికోలెజ్ గోనెసంచిని గడ్డిమధ్యన దాచిపెట్టాడు. 'ఏమైనా తినిపోండి' అంటూ వాళ్లు చెప్పినా మేము ఆగలేదు. తొందరగా వెనుదిరగాలి. పగటిపూట అనవసరంగా జర్మనుల కంట ఎందుకుపడాలి అని అనుకున్నాం. అంతేకాకుండా తెలతెలవారుతుండగా ప్రయాణం చేయడం ఆహ్లాదంగా ఉంటుంది. వాతావరణం చల్లగా ఉంటుంది. దాంతోపాటు అడవుల్లో పక్షులు కిలకిలరావాలు చేస్తుంటాయి. గడ్డిమీద మంచుబిందువులు మెరుస్తుంటాయి. పొలాల మీద తెల్లటిమంచు చక్కటి గోధుమపొలానికి పువ్వులు కాసినట్టు అనిపిస్తోంది.

మికోలజ్, నేను పాత రోజుల గురించి మాట్లాడుకుంటున్నాం. అతను ఆ గిరిణి నడిపేవ్యక్తి కూతుర్ని ప్రేమించటం, ఆ అమ్మాయి ఎవర్నో పెళ్ళి చేసుకోవటం, ఆ విషయం గురించి మాట్లాడుకున్నాం. అది గుర్తుకు రావడంతో మికోలోజ్ పొట్ట పగిలేలా నవ్వాడు. పొలాల మీది మంచు మొత్తం ప్రపంచాన్నే ఒక తెరలా కప్పేసింది. మేము అడివి నుంచి బయటికి వచ్చినప్పటికీ ఏమీ కనిపించలేదు. ఉన్నట్టుండి గుర్రం చెవులు నిక్కబొడుచుకున్నాయి. జరగరానిదేదో జరగబోతోందని ముందుగా తెలిసింది గుర్రానికే. మాకు మొదటి తుపాకీ ప్రేలిన సద్దు వినిపించిన తరువాతే అర్థమైంది. అదీ చాలా దగ్గర నుంచి. గుర్రం కంగారుగా వెనక్కు అడుగులు వేసింది. మికోలోజ్ కళ్లెం పట్టుకుని బండి నుంచి కిందకు దూకాడు. మేము మధ్యదారిలో ఉన్నాం. ఏమీ చేయలేని నిస్సహాయ స్థితిలో ఉన్నాం. అంతలో మాటలు వినిపించాయి. దూరం నుంచో, దగ్గరి నుంచో అర్థం కాలేదు. మంచువల్ల మా చెవుల్లో దూది దూర్చినట్టుగా ఉంది. ప్రతీ రెండు నిముషాల తరువాత ఒక తుపాకీ ప్రేలిన సద్దు. వెంటనే ఒక చావుకేక. హృదయవిదారకమైన ఒక మూలుగు. తరువాత నిశ్శబ్దం. నేనైతే పూర్తిగా చెమటతో తడిసి ముద్దయ్యాను. అందులోనూ,

ఇక్కడ, ఎద మధ్యలో, నా రవిక బాగా స్నానం చేసినట్టు తడిసి ముద్దయి శరీరానికి అంటుకుపోయింది. మికోలోజ్ ధైర్యం చెప్పాడు. 'భయపడకు, వారు జ్యూలను చంపుతున్నారు. బండిలోంచి దిగి అడివిలోకి వెళ్ళు. ఇప్పుడు వారిని దాటుకుని వెళ్ళటం అసాధ్యం. వాళ్ళు తమ పని ముగించేవరకు వేచి ఉండాలి' అన్నాడు. తరువాత అతను కొంచెం కూడా సద్దు చేయకుండా, నెమ్మదిగా, గుర్రపు బండిని మరల్చి దారిపక్కన దట్టమైన పొదల మధ్య నిలిపాడు. అంతలో మంచు పల్చబడింది. అడవి అంచులో నేను పొదలచాటున కూర్చుని ఆకులసందులోంచి చూస్తే అంతా కనిపించింది ..."

నేనెంతగా భయపడ్డానో అన్నది ఆగాఫియా గుర్తించిండవచ్చు. ఆమె తన మాటలను ఆపింది. చాయ్ కప్పు టీపాయ్ మీదపట్టడానికి నేను చేయిచాపినపుడు నా చేయి వొణుకుతోంది.

"నీవెంత సున్నితమో ఎవరికైనా చెబితే నవ్వుతారు. ఇప్పుడు కావాల్సింది సున్నితంలోనూ గట్టితనం. గట్టి... ఇంకెలా ఉన్నా ప్రయోజనం లేదు ..." ఆగాఫియా కళ్ళు తీక్షణంగా మెరిశాయి.

నేను గ్లాసు కింద పెట్టాను.

"వాళ్ళు ఎక్కువ మంది లేరు. డెబ్బయి మంది ఉండొచ్చు. వేళ్ళ మీద లెక్క పెట్టగలిగేంత మంది జర్మన్లు. రాత్రి ఊరి బయట చెరువు పక్కన ఉన్న వసతి గృహం నుంచి వారిని పిలుచుకుని పోయారు. ఈ మధ్య వచ్చి పదే పదే పిలుచుకుని పోతున్నారు. లోడ్ చేసిన గన్నులు పట్టుకుని. జ్యూలు గుంతలు తవ్వుతున్నారు. మౌనంగా, గంభీరంగా తవ్వుతున్నారు. నీవే ఆలోచించు. వాళ్ళ సమాధులు వాళ్ళే తవ్వుకోవటమంటే? తవ్వేటప్పుడు వారికి ఏమనిపించి ఉంటుంది? ఊహించగలవా?" అడిగింది ఆగాఫియా.

నేను తలూపాను.

"నాకు తెలుసు. ఏమీ లేదు. వారికి ఏమీ అనిపించి ఉండదు. ఎందుకంటే వారు చావటానికి మునుపే మానసికంగా చనిపోయారు... మళ్ళీ తుపాకీ పేలుళ్ళు ప్రారంభం కాగానే నేను భయంతో వొణికాను. అడవిలోకి పారిపోవాలనిపించింది. ఆ దృశ్యాల్ని చూడకుండా! అయితే నేను పారిపోలేదు. ఏదో ఒక శక్తి నన్ను పట్టి ఆపి, 'చూడు ! కళ్ళు మూసుకోకు' అంది. ఆ కారణంగా నేను చూశాను" అంది ఆగాఫియా.

నేను నిశ్చంగా కూర్చున్నాను. గతంలో కన్నా ఇప్పుడు నా అసహాయత నాకు బాగా అర్థమవుతూ ఉంది. ఆగాఫియా ట్రే కింద పెట్టి, నడుము చుట్టూ ఉన్న బట్ట తీసి ముఖం తుడుచుకుంది. దగ్గరికొచ్చి కుర్చీ లాక్కుని కూర్చుంది. సాధారణంగా ఆమె అలా కూర్చోదు. నాలో ఏదో తెలియని కలవరం మొదలైంది.

"వాళ్ళలో ఎవరున్నారో తెలుసా?" గుసగుసగా నన్నే చూస్తూ ఆమె అడిగింది.

"ఎవరు?" అడిగాను.

"ఆ నల్ల జుత్తు అమ్మాయి ... అదే నీవు తరిమేశావు కదా ... ఆ అమ్మాయి."

నేను తీక్షణంగా " నీకెలా తెలుసు? నీవు ఆమెను చూడలేదు కదా?" అన్నాను.

"నాకు తెలుసు."

ఆమె నిజం చెబుతోందని అనిపించింది.

"ఆమె చాలా అందంగా ఉందని నీవు అనలేదా? పొడవైన జుత్తు? నాకు తెలుసు. ఆమె ఎవరి కూతురో కూడా నాకు తెలుసు" అంటూ ఆమె నా వైపు చూసింది.

నాకు స్పృహ తప్పుతున్నట్టనిపించింది. నన్నలా చూడకు. ఆ రెంటికీ ఏమీ సంబంధం లేదు అని చెప్పాలనిపించింది. అయితే నేను మాట్లాడలేకపోయాను. సద్దు చేయకుండా పెదవులు కదల్చక, అటు తరువాత నేను మౌనంలో కూరుకుపోయాను. ఉన్నట్టుండి ఎక్కడినుంచో పూలపరిమళం గాలిలో తేలి వచ్చింది. లేత వయసు అమ్మాయి ముఖం కళ్ళ ముందుకొచ్చింది.

"ఆ అమ్మాయి చావుకు నీవే కారణమని నేను చెప్పానా?" అంది ఆగాఫియా.

ఆమె ఎవరి మనస్సునైనా చదవగలదు.

'నాకు దేనిపట్ల అపరాధ ప్రజ్ఞ లేదు' అని అరవటానికి ప్రయత్నించాను. అయితే ఇప్పుడు మాట్లాడటానికి సాధ్యమైనా, ఆ మాటలను ప్రామాణికంగా చెప్పటం నాకు సాధ్యం కాదని అర్థమైంది. ఆ విషయం ఆగాఫియాకు అర్థమైంది.

ఆమె లేచి నుంచుంది. ఆమె ఆరోగ్యవంతమైన పొట్టిదేహం ఉన్నట్టుండి చాలా గంభీరంగా కనిపించింది. మళ్ళీ ఆమె నడుము చుట్టూ బట్టను చుట్టుకుని ఊడకుండా పిన్ చేసుకుంది. ట్రేను, ప్లేట్లను టేబుల్ మీది నుంచి తీసింది. తలుపు వరకు వెళ్ళి వెనుదిరిగి చూసింది.

"ఆ గడ్డిమైదానంలో ఆ అమ్మాయి నగ్నంగా నుంచుంది. ఆమె మీద సూర్యుడి కిరణాలు మెరుస్తున్నాయి. వాళ్ళు తనను చంపటాన్ని ఎదురుచూస్తూ నుంచుంది. అయితే ఆమె వైపు గురిపెట్టి నుంచున్నవాడికి తుపాకి పేల్చటానికి సాధ్యం కాలేదు. బహుశా ఆమె సౌందర్యం వైపు అతడి చూపులు పోయిండాలి. అతడు ఆమె వైపు గురిపెట్టి నుంచునే ఉన్నాడు. ఆమె ఎదురు చూస్తూ ఉంది. అంతలో మరొకడు రాగిరంగు జుత్తు మనిషి అతడి వైపు పరుగెత్తుకుంటూ వచ్చి వారి భాషలో ఏమో చెప్పాడు. అతను మొదటివాడ్ని పక్కకు తోసి తానే పిస్తోలు పేల్చాడు. ఆమె సుకుమార సుందర శరీరం

సుడిగాలిలో చిక్కుకున్న లేత మొక్కలా వొణికింది. ఆ అమ్మాయి తన సుకుమారమైన చేతులను గాలిలో ఊపి నేలపై వాలింది. తరువాత ఆమె శరీరం నిశ్చలంగా మారింది.”

తరువాత దీర్ఘమౌనంలో నేను ఆగాఫియా పరస్పరం చూసుకున్నాం. కొద్ది సేపటి తరువాత నేను చూపులు కిందికి దించుకున్నాను. ఆమె తలుపులను విసురుగా వేసి బయటికి పోయింది. మళ్ళీ నాకు ఆమె పాత్రలను దడదడమనిపిస్తూ వాటిని వాటి స్థానాల్లో సర్దుతున్న సద్దు వినిపించింది.

***

నాకు కర్రల ఆధారం లభించిన తరువాత కాళ్ళను ఎత్తి ఎత్తి పెట్టడంలో నా అసహాయత మరగున పడుతుంది. ఇరవైయేళ్ళ ఈ వ్యవధిలో అంగవైకల్యం నాకు అలవాటైపోయింది.అంతే కాకుండా నా భర్త నన్ను వొదిలిపోయినపుడు నేను ఒంటరితనంలో మునిగిపోయాను. ఒక్కొక్కసారి నా ఇంట్లో నాలుగు గోడల మధ్య, నా అందమైన తోటలో, తీగలతో అల్లుకుపోయిన నాలుగుగోడల మధ్య నేను గడిపిన జీవితం సుందరమైనదనే అనుకుంటాను. ద్రాక్షారసపు రంగు లేదా రక్తవర్ణపు చీకటి మరింత గాఢంగా కమ్ముకున్న గదిలో అడుగు తరువాత అడుగుపెడుతూ కుంటు కుంటూ నడుస్తాను.

సూర్యుడు అప్పటికే దక్షిణం నుంచి పడమటికి వెళ్ళాడు. చివరన రబ్బరు అమర్చిన నా చేతి కర్ర చిన్నగా సద్దు చేస్తోంది. మరొక చేత్తో ఒక్కొక్క వస్తువును నెమ్మదిగా తాకుతాను. ఓక్ చెట్టు కర్రతో చేసిన బల్ల, విశాలమైన కబోర్డ్, పుస్తకాల బీరువా, ఇలా ప్రతీ వస్తువును చూస్తూ, తాకుతూ నడవకూడదని మనస్సు చెబుతున్నా నెమ్మదిగా ప్రయత్నపూర్వకంగా అడుగులు వేస్తున్నాను. ఆగాఫియా కంట పడకుండా నడవటానికి ప్రయత్నిస్తాను. నేను జబ్బు మనిషిననే భయాన్ని ఇప్పటికీ నాలో ఆమె కలిగించగలదు.

ఉజ్జ్వమైన వెలుతురు తెరిచిన తలుపుల గుండా తోసుకు వస్తోంది. తోట నిశ్శబ్దంగా ఉంది. సద్దుచేసే భ్రమరాలూ మౌనంగా ఉన్నాయి. తూనీగలు, గువ్వలు చెట్టు మీది పళ్ళను కొరికి నేల రాల్చే సద్దు మాత్రం వినిపిస్తోంది. సూర్యకాంతాలు అప్పుడప్పుడే అస్తమిస్తున్న సూర్యుడి వైపు ముఖం చేశాయి. నా మట్టుకు ఇది చాలా అందమైన ఘడియ. తెల్లవారే సమయాలు నాకు నచ్చవు. సంపూర్ణంగా వికసించే వేకువ కానీ, తమ గాఢ సౌందర్యం పట్ల గర్వపడే మధ్యాహ్నంకానీ నాకు నచ్చదు. అయితే సూర్యాస్తమయంలో నెమ్మదిగా, అయితే అనివార్యంగా రాత్రిలో కరిగిపోయే ఘడియలో నాకు ఉద్వేగం కానీ బాధకానీ ఉండదు.

అంచు కత్తిరించబడిన పొదలదారి నా గమ్యానికి నన్ను చేరుస్తుంది. ఇదిగో ఇక్కడే గతంలో చక్కగా సిద్ధం చేసిన మడులలో వికసించిన పువ్వులకు బదులుగా ఇప్పుడు ఎలాగో వక్రంగా పెరిగిన మొక్కల నడుమ ఆ అమ్మాయిని చూశాను. ఆమె అర్ధనగ్నంగా నేలమీద పడుకునివుంది. ఆమె సౌందర్యానికి వెంటనే మనస్సు కొట్టుకుంది. ఏదో పులకింత, కళ్ళెత్తి చూసినపుడు ఆమె ఇంకా చిన్నపిల్లే అని నాకు అర్థమైంది.

"సిగ్గుపడాలి" నేను అరిచాను. "ఎంత సిగ్గుమాలినతనం. అదీ ఈ వయసులో! మరొకరి తోటలో... వెంటనే బయటికి నడవండి..."

కుర్రాడి వైపు నేను చూడలేదు. అమ్మాయినే చూస్తున్నాను. నేలపై నుంచి లేచి సంకోచంతో తన నగ్నత్వాన్ని దాచుకుంటూ "సారీ, క్షమించండి" అని మెల్లగా అంది.

ఆమె కళ్ళలో ఇంకా ప్రేమ వేడి ఉంది. ఆమె కదలికలో ఆ లేతదేహానికి చాలా అసహజమైన సుఖపు భారముంది. వాళ్ళు బయటికి నడవసాగారు. ఆయితే నేను మళ్ళీమళ్ళీ ఇప్పటి యువత ఎంత అసహ్యంగా, హీనంగా మారుతున్నారో అని కేకలు పెడుతున్నాను.

నేను కేకలు వేస్తున్నప్పుడల్లా ఆ అమ్మాయి కళ్ళు కోపగించుకున్నాయి. ఆమె నన్ను కొడుతుందేమో అనుకున్నాను. అయితే ఆ అమ్మాయి నెమ్మదిగా అంది "ఏమీ చేయడానికి మాకు అనుమతి లేదు. పరస్పరం ప్రేమించుకోడానికీ, సంతోషపడడానికీ అనుమతి లేదు. చావటానికి మాత్రమే మాకు అనుమతి ఉంది. 'ఈ వయసులో' అని అంటున్నారు. నిజంగా మాకు భవిష్యత్తు ఉందా? మేము నిజంగా పెరిగి పెద్దవాళ్లం అవుతామా? ఏమో?" అని నిరాశగా అంది. వెంటనే తన ప్రేమికుడి వైపు తిరిగి "రా, జిగ్మంట్, మనం ఇక్కడి నుంచి వెళ్లిపోదాం" అంది.

"హుష్! ఆమెకు కడుపుమంట కాబోలు, అందులోను ఆమెకు కాళ్లు లేవు ..." ఆ కుర్రాడు గుసగుసగా అన్నాడు.

ఆ అమ్మాయి ఏడుస్తున్నట్టు నాకు అర్థమైంది. స్వర్గం నుంచి తిరస్కరింపబడ్డవారిలా వారు అక్కడి నుంచి వెళ్ళిపోవటాన్నీ వారు కనుమరుగయ్యేంతవరకూ నుంచుని చూస్తుండిపోయాను. అటు తరువాత ...

దుఃఖంతో రాలిపడిన పువ్వుల్ని, నలిగిపోయిన గడ్డిని చూశాను.

ఆ కుర్రాడిని చూడనే లేదని అప్పుడు నాకు స్ఫురించింది.

ఇప్పుడు ఇక్కడ పువ్వులు వికసిస్తాయి.

అయితే ఎవరూ తాకకుండా అలాగే రాలిపోతాయి.

ఈ గడ్డిని స్పృశించిన చివరి పాదాలు వారివే.

ఇప్పుడు ఇక్కడ వొంగి ఈ నేల మీద దేనికోసం వెదుకుతున్నాను నేను? తమ చెదరిన జీవితంలో పిసినారుల్లా అత్యాశతో వారు మిగుల్చుకోవడానికి కోరుకున్న ఆ ప్రేమపూరితమైన సంతోషపుఘడియ కోసమా? నేను వారి నుంచి లాక్కున్నదేనా? నా పెదవులు ఏ మాటల్ని గుసగుసగా అంటున్నాయి. ఆమె తన సుకుమార హస్తాలను గాలిలో ఊపి నేలపై వాలి నిశ్చలమైంది ...

ప్రస్తుతం, తన అవసరం ఎప్పుడుంటుందో బాగా తెలిసిన ఆగాఫియా నా దగ్గరికి గబగబా నడుచుకుంటూ వచ్చింది. ఆమె ముఖంలో సహానుభూతి. అయినా ఇంకా తన బింకం వొదల్లేదు. ఆమె నా పక్కకు వచ్చి నుంచుంది. ఆమె చేతులు నా భుజాలను పట్టుకున్న అనుభవం...

"సరే...సరే... లే" అని ఆమె అంది.

మేము మౌనంగా వెనుదిరిగాం. మా ఊపిరితోపాటు దారిలో మా పాదాలు తొక్కిన ఇసుక సద్దు తప్పితే అక్కడ మరే సద్దు వినిపించలేదు

***

(ఆంధ్రప్రభ-ఆదివారం13, ఏప్రిల్ 2014)

రష్యన్ కథ : విక్టోరియా తొకెరెవా

నేలా నింగీ నడుమ

కొన్ని సాంకేతిక కారణాల వల్ల విమానం బయలుదేరటంలో మూడు గంటలు ఆలస్యం అవుతుందని ఎయిర్‌పోర్ట్ లౌంజ్‌లోని స్పీకర్ ద్వారా ప్రకటన వెలువడినప్పుడు నటాషా అక్కడే ఉన్న ఓ కుర్చీలో కూర్చోనుంది. ఇప్పుడు మళ్ళీ నాలుగు గంటలు ఆలస్యం.

అదే విమానంలో బల్గేరియాకు చెందిన ఓ సర్కస్ కంపెనీ బయలుదేరాల్సి ఉంది. సర్కస్ కంపెనీ వారంతా జిప్సీల్లా వెయిటింగ్ లౌంజ్‌లో చెదురుమదురుగా కనిపిస్తున్నారు. కొందరు అక్కడున్న కుర్చీల్లో కూలబడి కబుర్లు చెప్పుకుంటూ ఉంటే, మరికొందరు అక్కడ కాసేపు ఇక్కడ కాసేపు నుంచుని మాట్లాడుకుంటున్నారు. వాళ్ళకు దగ్గర్లోనే విభిన్న వయస్సుల్లో వివిధ జాతులకు చెందిన కుక్కలు ఉన్నాయి. అవన్నీ ట్రెయిన్డ్ డాగ్స్. వాటి విన్యాసాలు సర్కసులో తప్పకుండా ఉంటాయి.

కుక్కల గురించి నటాషా అలా ఆలోచిస్తూ ఉండగా ఆమె ముందు నుంచే ఓ వ్యక్తి వెళ్ళాడు. అతడు కొంచెం దూరం పోయాక నటాషా అతని వేపు చూసింది. వెనుక నుంచి అతను తన మొదటి భర్తలా కనిపిస్తున్నాడనుకుంది. మొదటి భర్త గుర్తుకు రావటంతో గతం తాలూకు జ్ఞాపకాలు ఆమెను చుట్టుముట్టాయి.

***

పెళ్ళినాటికి ఆమెకు పద్దెనిమిదేళ్ళు. అతడికి ఇరవైయేళ్ళు. వారి దాంపత్యం సాగింది కేవలం ఎనిమిది నెలలే. ఆ తరువాత విడాకులు తీసుకున్నారు. పెళ్ళయిన కొన్నాళ్ళకే వారి ప్రేమ భ్రమగా తేలిపోయింది. కారణం లేకుండానే పోట్లాడుకోసాగారు. తన అందం పట్ల నటాషాకు విపరితమైన నమ్మకం. ఎంతటివారినైనా అయస్కాంతంలా ఆకర్షించే అందం తనదని గర్వపడుతూ ఉండేది.

"సౌందర్యం శాశ్వతం కాదు. అది చూసుకుని గర్వించడం మంచిది కాదు. ప్రేమ అలా కాదు. అది నిత్యనూతనమైంది. శాశ్వతమైంది. ప్రేమకు మరణమే ఉండదు" అంటూ ఆమె భర్త వాదించేవాడు.

భార్య సౌందర్యాన్ని మెచ్చుకోనివాడు, ఆరాధించనివాడు భర్తగా ఉండతగడని నటాషా నమ్మకం.

ఫలితం! విడాకులు తీసుకున్నారు.

విడిపోయిన ఇరవైయేళ్ళ తరువాత అతనొకసారి కనిపించాడు. అతడప్పటికే మరో స్త్రీని పెళ్ళి చేసుకున్నాడు. పుట్టిన పాపకు నటాషా అని పేరు పెట్టుకున్నాడు. అతడున్న ఊరికి ఏదో పని మీద వెళ్ళినపుడు తనతనికి ఫోన్ చేసింది. అటువేపు నుంచి 'హలో' అని చాలా పరిచితమైన కంఠం వినిపించింది. అవును! అతనిదే ఆ కంఠం. ఆ స్వరం అతని మనసుకు ప్రతిబింబంలా ఉంది. మనసుకు వయసు మీరటం ఉండదేమో! అందుకనో ఏమో! ఇద్దరూ టీనేజర్స్‌లా మాట్లడుకోసాగారు.

"హలో! ఆశ్చర్యంగా ఉందా?" ప్రశ్నించింది నటాషా.

"మీరెవరు?" అతని చెవులు ఒక్కసారిగా చురుకయ్యాయి.

"మీ ఒకటవ నెంబరు భార్యను" అంది.

వెంటనే అటు నుంచి ఎలాంటి జవాబు రాలేదు. ఫోన్ పనిచేయటం లేదేమోననే సందేహం కలిగిందామెకు.

"హలో... హలో..." నటాషా గాభరాగా అరిచింది.

"ఎక్కడ్నుంచి మాట్లాడుతున్నావు" అడిగాడతను నిదానంగా.

నటాషా తాను బస చేసిన హోటల్ పేరు, రూం నెంబరు చెప్పింది.

రిసీవర్ పెట్టేశాక ఆమెను ఒక విధమైన ఒణుకు, భయమూ ఆవరించాయి. తాను ఫోన్ చేయకుండా ఉండాల్సింది అనుకుంది. ఒక వేళ ఫోన్ చేసినా తాను బస చేసిన హోటల్ చిరునామా తెలపకుండా ఉండాల్సింది. అదీ చెప్పినా ఇక్కడకు రావద్దని చెప్పాల్సింది అని అనుకుంది నటాషా.

నటాషా దుస్తులు మార్చుకోసాగింది. తెల్లని ఫ్రెంచ్ బ్లౌజు వేసుకుంది. అంతలో ఏదో ఆలోచన వచ్చినట్టు ఆ బ్లౌజు తీసేసి నల్ల జాకెట్టు తొడుక్కుంది. ఆ రంగు ఆమె సౌందర్యాన్ని రెట్టింపు చేసింది.

కొన్ని క్షణాలు తరువాత తలుపు తట్టిన చప్పుడు వినిపించింది. అతను అంత తొందరగా వస్తాడని ఆమె ఊహించలేదు. తలుపులు తెరిచింది. ఎదురుగా అతను నుంచుని

ఉన్నాడు. ఈ ఇరవైయేళ్ళలో కాస్త లావుకావటం మినహా అతనిలో మరేలాంటి మార్పు ఆమెకు కనిపించలేదు. అతని ముఖం, హావభావాలు, నిలబడే విధానం, మాట్లాడే పద్ధతి అంతా మునుపటిలానే ఉన్నాయి. కళ్ళలోని ఆకర్షణ కొంచెం కూడా తగ్గలేదు.

"చాలా మారిపోయావు" అన్నాడతను ఆమెనే చూస్తూ.

అవును! అతను చెబుతున్నది నిజమే. ప్రయాణంలో ఊళ్ళు వెనక్కి వెళుతున్నట్టే కాలంతోబాటు సౌందర్యం మాసిపోతుంది. జీవనయాత్రలో సౌందర్యపు రేకులు వాడి రాలిపోతాయి.

"కానీ, నీవు మాత్రం ముందెలా ఉన్నావో ఇప్పుడూ అలాగే ఉన్నావు" అంది.

మొదట్లో గాడిదలా ఉన్నాడు. ఇప్పుడూ అలాగే ఉన్నాడని ఆమె ఎత్తిపొడుపు! గాడిదకు వయసు పెరిగినా తెలుసుకోలేం. ఏదేమైనా నటాషా మాత్రం మునుపటిలా లేదు. అప్పుడామె పచ్చని మైదానంలా ఉంటే ఇప్పుడు పండిన మాగాణిలా ఉంది. పచ్చిక బయలు శ్రేష్టమైందో, వరిచేను ఉత్తమమైందో ఎవరికి తెలుసు?

కాస్సేపయ్యాక ఇద్దరూ భోజనానికి బయలుదేరారు. నటాషా తన థీసిస్ గురించి వివరించింది. అతడు తన ఉద్యోగం గురించి చెప్పాడు. అతనిప్పుడొక డెంటిస్ట్. ఆధునిక పరికరాలు తెప్పించి ఉపయోగిస్తూ ఉండటంతో అతని క్లినిక్ సదా రోగులతో కళకళలాడుతూ ఉంటుంది. బ్యాంకు బ్యాలెన్స్ బాగానే పెరిగింది. తన నుంచి విడిపోయి నటాషా క్షమించరాని తప్పు చేసిందని అతను పరోక్షంగా తెలియజేశాడు.

"మళ్ళీ పెళ్ళి చేసుకున్నావా?"

"ఆ... అవును" నటాషా తడబడుతూ అంది.

"లేక... ఎవరితోనన్నా..."

"ఛీ! ఇలాంటి ప్రశ్న అడగటానికి సిగ్గులేదూ?"

"అవును, కాదు ఏదో ఒక సమాధానం చెప్పు."

"కాదు."

ఒక్కసారిగా అతను విచలితుడయ్యాడు. వికల మనస్కుడయ్యాడు.

ప్రశాంత సరోవరంలో ఓ రాయి విసిరితే ఎలా అడుగున దాగినదంతా పైకి వస్తుందో అలా ఉంది వారి మనస్థితి. ఇద్దరి మధ్యన మౌనం గోడలా నుంచుంది. విడాకులు తీసుకున్నాక నటాషా పెళ్ళి చేసుకోవటం అంత కష్టమైన పనేం కాదు. ఇంటి గుమ్మంలో నుంచుని "నేను వివాహం చేసుకోవాలనుకుంటున్నాను" అని ప్రకటించి ఉంటే మగవాళ్ళ క్యూ ఆమె ఇంటి ముందు ఉండేది. అయితే ఆమె అలా చేయలేదు. ఇంకా ఆమెలో

యవ్వనపు ఉత్సాహం ఉంది. ఆమె రెతాయవా అనే బయోకెమిస్ట్రీ ప్రొఫెసర్‌ను ప్రేమించింది. అతడు పధ్నాలుగు డాక్టరేట్లు పొందాడు. అతని తలలో మెదడుకు బదులు పవర్‌హౌస్ ఉందని, అందుకనే కొత్త కొత్త ఆలోచనలు అతని తలలో ఉత్పన్నమవుతాయని అంతా అనుకునేవారు. అతడు తన పరిశోధన నలుగురికీ ఉపయోగపడాలని ఆశించేవాడు. ప్రజలంతా అతణ్ణి బంగారుగుడ్లుపెట్టే బాతుతో పోల్చేవారు. బాతుకు తన గుడ్ల పట్ల ఎప్పటికీ లాలస ఉండదు. ఎందుకంటే మరుసటి రోజు కూడా తను పెట్టేబోయేది బంగారు గుడ్డేనని దానికి తెలుసు.

రెతాయవా అందగాడు కాదు. దృఢకాయుడూ కాదు. బట్ట తల, సన్నటి శరీరం, ముడుతలుపడ్డ ముఖంతో ముసలివాడిలా కనిపిస్తాడు. అతనలా ఉన్నా నటాషా ఎన్నడూ విసుక్కోలేదు. అందగాడైన యువకుడితో ఆమె ఎనిమిదినెలలు సంసారం చేసింది. రెతాయవా తెలివితేటల ముందు యువకులందరూ ఉత్తరకుమారులనే ఆమె నమ్మేది.

రసవంతమైన ఫలంలా కనిపిస్తూ, యవ్వనంతో తుళ్ళిపడే అందమైన నటాషా తనను ప్రేమిస్తోందని రెతాయవా మొదట్లో విశ్వసించలేకపోయాడు. అయితే నమ్మకం కలిగిన నాటి నుంచీ ఆమెతో కలిసి జీవించసాగాడు. అతను నటాషాను పెళ్ళాడలేదు. అతనికి అంతకు ముందే పెళ్ళయింది. అతని భార్య వీరిద్దరి మధ్యకి ఎన్నడూ రాలేదు. పెళ్ళి చేసుకుందామని నటాషా కూడా అతన్నెప్పుడూ బలవంతపెట్టలేదు.

'ఆసియా–ఆఫ్రికా' దేశాల సెమినార్‌లో పాల్గొనటానికి రెతాయవా 'బాకూ' వచ్చాడు. రెండు రోజులు సెలవుపెట్టి రమ్మని ఆమెకు ఫోన్ చేసాడు. 'ఎందుకూ?' అని ఆమె మారు ప్రశ్న వేయలేదు. ఆమె లేకుండా కాలంగడపటం అతనికి కష్టంగా అనిపించి వుండొచ్చు. ఇప్పుడు నటాషా అక్కడికే వెళ్తోంది. గడిచిన ఆరేడు గంటల నుంచి విమానం కోసం ఆమె ఎదురుచూస్తోంది. కాలం వ్యర్థంగా గడిచిపోతోంది.

అంతలో విమానం బయలుదేరటానికి సిద్ధంగా ఉన్నట్టు స్పీకర్‌లో అనౌన్స్‌మెంట్ చెవులబడగానే గత జ్ఞాపకాల ఆలోచనల్లోంచి బయటపడింది నటాషా. వెళ్ళి విమానంలో తన సీటులో కూర్చుని బెల్ట్ కట్టుకుంది. ఒక్కసారి విమానం పైకి లేవగానే ఆమెకు కడుపులో తిప్పినట్టయింది. గుండె చప్పుడు పెరిగినట్టయింది. విమానం పైకెగిరి తన దారిలో ముందుకు సాగుతూ ఉండగా ఆమెలో ఉద్విగ్నత, బాధ, తడబాటు అన్ని క్రమంగా తగ్గి మామూలు స్థితికి వచ్చింది. విమానం లోపలంతా కలయజూసింది. అందరూ నిద్రలోకి జారుకున్నారు. నటాషా పక్కనే ఒక నవయువకుడు కూర్చున్నాడు. ఫుట్‌బాల్ ఆటగాడిలా కనిపించాడు. నటాషా కిటికీలోంచి బయటికి తొంగి చూసింది. విమానపు

రెక్కల చివర ఎర్రటి జ్వాల! ఉలిక్కిపడింది. విమానానికి నిప్పంటుకుందేమోనని అనుమానం కలిగింది. నిజానికి 'చావు' గురించి ఆమెకు భయం లేదు. ఆక్సిడెంట్‌లో ఒక్కసారిగా చనిపోతే బాధే లేదు. కాని గాయాలతో, దెబ్బలతో, ముక్కుతూ, మూల్గుతూ చావాల్సిన పరిస్థితి ఎదురైతే? ఆ ఆలోచనే ఆమెను ఉక్కిరిబిక్కిరి చేసింది. ఆమె తల తిరిగసాగింది. ఆమె కళ్ళ ముందు చీకటి కమ్ముకుంది. కంగారుపడుతూ పక్కనే కూర్చునే ఆ యువకుడిచేతిని గట్టిగా పట్టుకుని విమానానికి నిప్పు అంటుకుందని చెప్పింది. అతను కిటికీలోంచి తొంగి చూశాడు.

"నిప్పు కాదు. సిగ్నల్ చూపే ఎర్రలైటు" చిన్నగా నవ్వుతూ అన్నాడా యువకుడు.

"రెడ్‌లైటు ఎందుకు?"

"మరో విమానం వచ్చి ఈ విమానానికి సరదాగా డాష్ కొట్టకుండా ముందు జాగ్రత్త కోసం."

నటాషా మళ్ళీ కిటికీలోంచి చూసింది. నిప్పులా వెలిగే ఆ దీపం ఆగి ఆగి వెలుగుతోంది. అదే సమయంలో ఎయిర్ హోస్టస్ వారి దగ్గరికి వచ్చింది. ఎయిర్ హోస్టస్‌లో ఎలాంటి కంగారూ లేదు. విమానానికి నిప్పంటుకుంటే ఆమె అలా ఉండటానికి సాధ్యం కాదని అర్థమై కుదుటపడింది.

రాత్రి నిద్రకు ప్రయాణికులకు ఇబ్బంది కలగకూడదని విమానంలోని లైట్లన్నీ ఆర్పేశారు. పక్కన కూర్చున్న యువకుడు నిద్రపోవాలని సీటును వెనక్కి వాల్చాడు. అతని తల నటాషా తల దగ్గరకు వచ్చింది. యువకుడి వేడివూర్పులు ఆమెను స్పర్శించసాగాయి. అతడింకా దగ్గరికి వస్తే బాగుణ్ణు, అతని సామీప్యం 'నేలా నింగీ నడుమ' ఉన్న తనలోని ఒంటరితనాన్ని కచ్చితంగా దూరం చేస్తుందని ఆమెకు అనిపించింది. యువకుడి గుండె చప్పుడు నటాషాకు వినిపించసాగింది. ఆమె తల అతని భుజంపై వాలింది. అతనూ తన తలను ఆమె కోమలమైన జుత్తులో దూర్చాడు. ఇరువురిలోనూ హృదయాలు ఒకటైన అనుభవం.

విమానం ఇప్పుడు భూమిని ఢీకొన్నా నటాషాకు భయం లేదు. ఆకాశంలో ఆమెకు తోడు దొరికాడు.

"నీవు 'బాకూ'కు చెందినవాడివా?" అని నటాషా అడిగింది.

"అవును."

"మరి రష్యన్‌లా కనిపిస్తున్నావే?"

"అక్కడ రష్యన్లూ ఉన్నారు."

"ఎందుకు?"

"అదొక అందమైన పట్టణం."

"మాస్కోకెందుకు వెళ్ళావు?"

"కోచింగ్ సెంటర్‌కు అటెండ్ కావటానికి."

"బాస్కట్‌బాల్ ఆడుతావా?"

"అవును."

తమ మాటలు ఎవరికీ వినిపించకుండా గుసగుసలాడుతున్నట్టు వారిద్దరూ మాట్లాడుకోసాగారు. తమకు తెలియకుండా ఇద్దరూ ఆకర్షణకు లొంగిపోయారు. అయితే అది బయటపడకుండా ఏవేవో మాట్లాడసాగారు. అయితే ఆ ప్రేమ సమ్మోహనంపై కంట్రోలు సాధించటం ఇద్దరికీ కష్టమైంది.

యువకుడు కాస్త ముందుకు వొంగి నటాషా ముఖాన్ని తన అరచేతుల్లో తీసుకుని సున్నితంగా చుంబించాడు. నటాషాకు హృదయస్పందన పెరిగింది. విమానంలా తానూ గాలిలో తేలుతున్నట్టనిపించింది. ఇలాంటి అనుభూతి ఆమెకప్పుడూ కలగలేదు.

"నీకు బాయ్ ఫ్రెండ్స్ లేరా?" అని యువకుడు అడిగాడు.

"ఉన్నాడు. అతన్ని కలవటానికే వెళుతున్నాను."

"అలాగా! అయితే నీవింకా అవివాహితవే అయ్యుండాలి."

ఆ చీకట్లో నటాషా వయస్సును అంచనా వేయటం అతడికి సాధ్యం కాలేదు.

"నీకూ ఎవరైనా గర్ల్‌ఫ్రెండ్స్ ఉన్నారా?" అని అడిగింది.

"ఆ! ఉంది... స్నేఝనా" అతనన్నాడు.

"బల్గేరియా అమ్మాయా?"

"అవును. దేవుడు నా కోసం సృష్టించిన స్త్రీ అని ఇప్పటి వరకు అనుకునేవాడిని. కానీ ఇప్పుడు నీతో పొందిన అనుభవం, ఆ అనుభూతి ..."

"ఎలాంటి అనుభూతి..."

"అది వర్ణించటానికి నాకు సాధ్యంకాదు. నా శరీరమంతా విద్యుత్తు ప్రవహించినట్టుంది."

నటాషా అతన్నుంచి కొంచెం దూరం జరిగి కూర్చుని అతన్నే చూడసాగింది. కండలు తిరిగిన శరీరం. కళ్ళలో ఒక విధమైన కాంతి, ఆతురత ...

"జీవితం ఎలా ఉంది?" నటాషా అడిగింది.

"దుఃఖంతో నిండిపోయింది."

"ఎందుకలా అంటున్నావు?"

"అమ్మ చనిపోయింది. ఆమెను మరవటానికి సాధ్యం కావటం లేదు. ఆమెను బతికించటం సాధ్యమవుతుందా?"

"అసాధ్యం."

"నీకెలా తెలుసు?"

"నేను జీవశాస్త్ర వైజ్ఞానికురాలిని. ప్రపంచంలో ఎన్నో సాధించారు. కానీ మరణించినవాళ్ళను బతికించటం, మళ్ళీ ప్రాణం పోయటం సాధ్యంకాదు."

"వెనుకటి కాలంలో దాన్ని సాధించారట."

"అది కేవలం 'అట'. మనుషులు పుడతారు. పెరుగుతారు. ముసలివాళ్ళవుతారు. కొత్తవారికి అవకాశం ఇవ్వడానికన్నట్టు మరణిస్తారు. కాలచక్రానికి విరుద్ధమైనదేదీ విజ్ఞానం సాధించలేదు."

"నా తల్లి ముసల్ది కాదు. ఇంకా వయస్సులో ఉండగానే మరణించింది."

"వాస్తవంతో రాజీపడాలి."

"అదెలా సాధ్యం?"

కొందరు తమ దగ్గరి బంధువు చనిపోతే మొదట్లో బాధపడినా క్రమంగా మరిచి పోతారు. మరికొందరు ఎంతకాలం గడిచినా మరిచిపోరు. ఆ యువకుడు రెండవ కోవకు చెందినవాడు.

"ఈ ప్రపంచంలో ఆమె తప్ప నాకెవరూ లేరు. నాన్న మమ్మల్ని వొదిలేసినప్పుడు నేను నెలల పిల్లవాణ్ణి. అప్పుడు అమ్మకు కేవలం పందొమ్మిదేళ్ళు. నేను నాన్నను చూడనేలేదు. నా చిన్నతనంలో మా ఇంటి పరిస్థితి ఏమీ బాగాలేదు. పేదరికం మా కుటుంబాన్ని పీల్చి పిప్పిచేసింది."

ఆ యువకుడు తన తల్లి గురించి చెప్పసాగాడు. తల్లి నాటక కంపెనీలో చేరటం, అనారోగ్యంతో మంచం పట్టడం, రాత్రీపగలూ తను తల్లి సమీపంలోనే గడపటం, ఆస్పత్రిలో ఆమె చివరిశ్వాసను పీల్చటం, ఆమె మరణించిందనే సత్యాన్ని నమ్మలేకపోవటం ... అంతా చెప్పాడు.

"మరి స్నేఝునా?" నటాషా ప్రశ్నించింది.

"ఆమె గురించి ఆలోచించటానికి అప్పుడు సమయమే ఉండేది కాదు. నా తల్లి ముందు ఆమె ఉనికి అర్థవంతం కాలేకపోయింది."

ఇద్దరూ కాసేపు మౌనంగా ఉండిపోయారు.

"నాకు పిచ్చి పట్టిందనిపిస్తోందా?" యువకుడు ఆడిగాడు.

"లేదు! నీవింకా చిన్నవాడివి. దుఃఖాన్ని భరించగల శక్తి నీకింకా అలవడినట్టు లేదు."

"నీ మాటల్లో నిజం ఉండొచ్చు. కాని మా అమ్మ అంత తొందరగా చనిపోకుండా ఉండాల్సింది. జీవితంలో ఎన్నడూ ఆమె సుఖపడనేలేదు. జీవితాంతం కష్టాలే అనుభవించింది. ఒక అభినేత్రిలా ఎన్నో అవమానాల్ని ఓర్చుకుంది. దానికి ప్రతిఫలంగా ఆమెకు లభించిందేమిటి? మరణం! దారుణ మరణం."

"మనం ఏ మొక్కల తాలూకు విత్తనాల్ని నాటుతామో ఆ మొక్కలే మొలుస్తాయి."

"నా తల్లి స్నేహం, సరళత్వం అనే విత్తనాల్ని నాటింది."

"అయితే దేన్ని ఏ చోట నాటాలో అక్కడ నాటలేదని అర్థమవుతూ ఉంది."

"అంటే?"

"మీ అమ్మ ఎన్నుకున్న ఉద్యోగం, చేసుకున్న మొగుడు రెండూ యోగ్యమైనవి కావని అర్థం."

"అది నిజమే కావచ్చు. కాని నా విషయం? నేనామెను విపరీతంగా ప్రేమించేవాణ్ణి. ఇప్పటికీ ప్రేమిస్తున్నాను."

"అంతా దైవేచ్ఛ."

"దైవేచ్ఛ...దైవేచ్ఛ... అన్యాయం. చాలా అన్యాయం." తన కింది పెదవిని కరిచి పట్టుకుని ఆ యువకుడు ఏడ్వసాగాడు.

నటాషా అప్పటివరకూ మగవాళ్ళు ఏడ్వటాన్ని చూళ్ళేదు. ఆమె మొదటి మొగుడు తాగిన మత్తులో ఏడ్చేవాడు. అయితే అది వేరే. ఇది వేరే. నటాషా అతని చేతుల్ని దగ్గరికి తీసుకుని పిడికిళ్ళు విప్పి అతని చేతుల్లో తన ముఖాన్ని ఉంచింది.

"నీవు వెంటనే స్నేఝునాను వివాహం చేసుకుని, ఒక ఆడపిల్లను కని ఆ పాపకు మీ అమ్మ పేరు పెట్టుకో. ఇంతకీ మీ అమ్మ పేరేమిటి?"

"అలెక్సాండరా!"

"అలాక్సాండరా అని కూతురికి పేరు పెట్టుకో. పేరు చాలా బాగుంది. మీ అమ్మ రూపాన్ని నీ కూతుర్లో చూసుకోవచ్చు. ప్రేమతో 'అల్ఫా', 'సౌందరా', 'శూరా', 'సారా'... అని పిలుచుకోవచ్చు."

"నీ పేరు?"

"నటాషా"

"విమానం కొద్దిసేపట్లో లాండ్ కాబోతోంది. అందరూ దయచేసి బెల్ట్‌లు కట్టుకోండి" అని అనౌన్స్‌మెంట్ స్పీకర్‌లో వస్తుండగా విమానంలోని లైట్లు వెలిగాయి. ప్రయాణికులందరూ బెల్ట్‌లు బిగించుకోసాగారు.

"మనం మళ్ళీ కలవటం సాధ్యం కాదా?" యువకుడు ప్రశ్నించాడు.

"కాదు! ఎందుకంటే నా కోసం మరొకరు ఎదురు చూస్తుంటారు" నటాషా జవాబిచ్చింది.

"అయితే ఏమైంది? నా కోసం కొంత సమయాన్ని వెచ్చించలేవా?"

"అందువల్ల లాభం ఏమిటి?"

ఆ యువకుడు మౌనం వహించాడు. అతడేమని జవాబివ్వగలడు?

రెతాయవా నటాషా కోసం ఎదురుచుస్తూ లౌంజ్‌లో నుంచుని ఉన్నాడు.

దూరం నుంచి చూస్తే అడివి మనిషిలా కనిపించాడామెకు.

నటాషా అతని దగ్గరికి వచ్చి 'రెతాయవ్' అని పిలిచింది. అతను వెనక్కు తిరిగి ఆమెను దగ్గరకు లాక్కుని ముద్దు పెట్టుకున్నాడు. నటాషాలో ఎలాంటి స్పందనా కలుగలేదు. విమానంలో యువకుడు పెట్టుకున్న ముద్దుకు ఇప్పటి ముద్దుకు ...

శారీరకంగా రెతాయవా ముందు నుంచోనున్నా మానసికంగా ఆమె ఆ యువకుడి దగ్గరికి వెళ్ళిపోయింది.

ప్రయాణికుల లగేజ్ లోపలికి వచ్చింది. అందరూ తమ వస్తువుల కోసం ఎదురుచూస్తూ నుంచున్నారు. ఆకస్మాత్తుగా నటాషాదృష్టి తనతో ప్రయాణం చేసిన యువకుడి వైపు పోయింది. ఆ యువకుడు చాలా అందంగా ఉన్నాడు. కార్టూన్ ఫిలింలో కనిపించే 'లోథర్'లా ఉన్నాడు. అదే సమయంలో ఆ యువకుడూ నటాషా వైపు చూశాడు. ఇరువురి కళ్ళు పరస్పరం పలకరించుకున్నాయి.

అతడు నటాషా సమీపంలో నిల్చున్న రెతాయవాను చూశాడు. ఎందుకోసం ఈ యువతి పచ్చని మైదానాన్ని విడిచి బంజరుభూమి వేపు వెళుతోంది? ఆ ముసలివాడిలో ఎలాంటి ఆకర్షణకు ఈమె లొంగిపోయింది? ఈ సుందర రాజకుమారిని ఆ ముసలి రాక్షసుడి బారినుంచి కాపాడటం తనకు సాధ్యం కాదా? అతనిలో ఆలోచనలు చెలరేగాయి. ఆలోచనల్లో పడి తన బ్యాగు అనేకసార్లు బెల్ట్ మీద గిర్రున తిరుగుతూ పోతున్నా అతను గమనించలేదు.

రెతాయవా నటాషా సూట్‌కేస్ అందుకున్నాడు. బయటికి వెళ్ళబోతూ నటాషా ఒకసారి వెనుదిరిగి చూసింది. యువకుడి కళ్ళల్లో అదోలాంటి ఆశ... ఆ బిచ్చగత్తె కొడుకు కళ్ళల్లో కనిపించిన ఆశలాంటి ఆశ!

చాలా ఏళ్ళ క్రితం ఒక బిచ్చగత్తె తన చిన్న కుమారుడితో అడుక్కోటానికి వచ్చింది. నటాషా తల్లి ఓ పాతచొక్కా, కొంత చిల్లర ఆమె చేతిలో పెట్టింది. పిల్లవాడి చేతిలో అప్పుడే చేసిన వేడివేడి బోండా పెట్టింది. ఆంతలోనే ఆ పిల్లవాడి లేతచేయి కాలుతుందేమోనన్న ఆలోచనతో చప్పున తిరిగి లాక్కుంది. చేతికి దొరికిన తినుబండారం నోటికందలేదని ఆ పిల్లవాడు నిరాశతో ఏడ్వసాగాడు. అయితే వాడి క్షేమం కోరే బోండాను లాక్కుందని వాడికి తెలియదు. ఈ యువకుడూ అతనికి దగ్గరైన తాను దూరమవుతున్నానన్న భావనతో కలవరపడుతున్నాడు. అయితే అతని మంచి కోరే తను దూరమవుతోందని అతనికి తెలియదు. అతనింకా యవ్వనపు మొదటి మెట్టుపై ఉంటే తను వృద్ధ్యాప్యాన్ని సమీపిస్తోంది. ఆకాశంలో విరిసిన ప్రేమ నేలకు దిగటం అసాధ్యమని అతనికి తెలియదు.

అవును! ఆకాశంలో తేలే మబ్బు నేల వాలటం సాధ్యమా?

***

(విపుల, మాస పత్రిక)

యహూది కథ : సులమత్ ఇశ్ -కిశోర్

ప్రేమ పరీక్ష...

ఆరు గంటలకు ఇంకా ఆరు నిముషాలున్నాయి అని గ్రాండ్ సెంట్రల్ స్టేషన్ విచారణ కేంద్రంపైనున్న గడియారం చూపిస్తోంది. అప్పుడే స్టేషన్‌కు వచ్చిన లెఫ్టినెంట్ సూర్యుని తాపానికి తన ముఖాన్ని ఎత్తి, కళ్ళు చిన్నగా చేసుకుని సరైన సమయం ఎంత అని చూశాడు. కంగారుగా కొట్టుకుంటున్న తన హృదయస్పందనను అదుపులో ఉంచడం సాధ్యం కాకపోవడాన్ని గమనించి అతడెఇకే ఆశ్చర్యం వేసింది. మరో ఆరు నిముషాల్లో గత పదమూడు నెలల కాలంగా తన జీవితంలో ఒక ప్రత్యేక స్థానాన్ని పొందిన స్త్రీని అతను చూడబోతున్నాడు. ముందెన్నడూ చూడని, ఎవరి ఉత్తరాలైతే అతడి మనసులో నిలిచిపోయి అతడ్ని కాపాడాయో ఆ స్త్రీని అతను చూడబోతున్నాడు.

అతను విచారణ కేంద్రానికి వీలైనంత దగ్గరలో, గుమాస్తా ముందు గుమికూడుతున్న ప్రయాణికుల గుంపుకు ఆవల నుంచున్నాడు. లెఫ్టినెంట్ బ్రాండ్‌ఫర్డ్‌కు ఒకానొక ప్రత్యేక రాత్రి గుర్తొచ్చింది.

ఆసమయంలో అతడి విమానం శత్రువిమానాల చక్రవ్యూహంలో చిక్కుకుంది. శత్రు వైమానిక దళాల అట్టహాసపు ముఖాలు అతడికి కనిపిస్తున్నాయి. కొంత కాలం క్రితం ఆమెకు రాసిన ఒక ఉత్తరంలో అతను తనకు అప్పుడప్పుడు భయం కలుగుతుందని రాశాడు. ఈ యుద్ధం జరగటానికి కొన్ని రోజుల ముందు ఆమె సమాధానం ఇచ్చింది. అందులోభయం కలగటం సహజం... చాలా మంది ధైర్యవంతులకూ భయం వేస్తుంటుంది. డేవిడ్ ప్రభువుకు భయం లేదా? అందుకే ఆయన 23వ స్తోత్రాన్ని రాశారు. మరొకసారి నీకు భయం వేసినపుడు ఈ మంత్రోచ్చారణ వినాలి. అవును, నేను మృత్యునీడలున్న లోయలో నడుస్తున్నప్పటికీ, నాకు చెడు కలగదు. ఎందుకంటే నీవు నాకు తోడుగా

ఉన్నావు." అతడికి ఆ క్షణంలో ఆ వాక్యాలు గుర్తుకొచ్చాయి. అతను ఆమాటలు పలుకుతున్న ఆమె కాల్పానిక కంఠస్వరాన్ని విన్నాడు.

మరుక్షణం అతడిలోని శక్తియుక్తులు ఉవ్వెత్తున ఎగసిపడ్డాయి.

ఇప్పుడు అతను ప్రత్యక్షంగా ఆమె కంఠస్వరాన్ని వినబోతున్నాడు.

ఆరుగంటలకు ఇంకా నాలుగు నిముషాలున్నాయి.

అతడి హృదయం ఉద్వేగంతో నిండిపోయింది.

అత్యంత కాంతివంతమైననక్షత్రాలవంటి విద్యుద్దీపాలున్న కప్పుకింద జనం వేగంగా నడుస్తున్నారు. అది బూడిద రంగువల. లోపల రంగులదారాలను నేస్తున్నట్టుగా కనిపిస్తోంది. ఒక అమ్మాయి అతడి సమీపం నుంచి సాగిపోయినపుడు లెఫ్టినెంట్ బ్రాండ్‌ఫర్డ్ కంగారుపడ్డాడు. ఆమె సూట్‌మీద ఎర్రగులాబీ పువ్వును అలంకరించుకుంది. అయితే అది వాళ్ళు నిర్ణయించుకున్నట్టు ఎర్రగులాబీ కాక లేత ఎరుపురంగుతో ఉన్న మరోక పుష్పం. అంతేకాకుండా ఆ అమ్మాయి చాలా చిన్నది. సుమారు పద్దెమినిదేళ్ళు ఉంటాయి. అయితే హోలిన్ మేనెల్ తనకు ముప్ఫయి ఏళ్ళని చెప్పింది. "సరే, ఇప్పుడేమైంది? నాకు ముప్ఫయిరెండేళ్లు." అని అతను సమాధానం ఇచ్చాడు. వాస్తవానికి అతనికి ఇరవై తొమ్మిదేళ్ళే.

అతడి మనస్సు మళ్ళీ ఆ పుస్తకం వైపు మళ్ళింది."ఫ్లోరిడా ట్రైనింగ్ క్యాంపుకు పంపిన వందలాది లైబ్రేరీ పుస్తకాలలో దేవుడే తీసి తన చేతికి ఇచ్చినట్టు అది "ఆఫ్ హ్యూమన్ బాండేజ్" అనే నవల. ఆ పుస్తకం నిండా ఓ స్త్రీ రాతతో కూడిన ఆభిప్రాయాలున్నాయి. అలా పుస్తకాల్లో అభిప్రాయాలను రాయటాన్ని అతను ద్వేషిస్తాడు. అయితే ఈ అభిప్రాయాలు, విశ్లేషణలు భిన్నంగా కనిపించాయి. ఒక స్త్రీ ఒక మగవాడి హృదయాన్ని ఇంత మృదువుగా , ఇంత లోతుగా అర్థం చేసుకోగలదని అతను ఎన్నడూ ఊహించలేదు. ఆమె పేరు పుస్తకంలోని బుక్‌ప్లేటులో ఉంది. ఆమె పేరు హోలిన్ మేనెల్. అతను న్యూయార్క్ టెలిఫోన్ డైరెక్టరీని తీసి ఆమె చిరునామాను వెదికాడు. చిరునామా దొరికిన వెంటనే ఆమెకు ఉత్తరం రాశాడు. ఉద్యోగరీత్యా మరుసటి రోజే అతడు ఓడ ఎక్కి బయలుదేరాల్సి వచ్చింది. అయినా అటు తరువాత వారి మధ్య ఉత్తరప్రత్యుత్తరాలు కొనసాగాయి. పదమూడు నెలలు ఆమె క్రమం తప్పకుండా అతడికి సమాధానాలు రాసింది. జవాబివ్వటంకన్నా ఇంకా ఎక్కువే చేసింది. అతడి నుంచి ఉత్తరాలు

రాకపోయినప్పటికీ ఆమె రాస్తుండేది.

కొంతకాలానికి అతడికి తాను ఆమెను ప్రేమిస్తున్నట్లు, ఆమె తనను ప్రేమిస్తున్నట్టు నమ్మకం ఏర్పడింది.

అది అర్థంకాగానే అతను ఫోటో పంపమని ఆమెను ఎంత వేడుకున్నా ఆమె అతడి అభ్యర్థనను తోసిపుచ్చింది. అందుకు కారణమూ చెప్పింది. "నాపట్ల నీ అభిమానం వాస్తవమైతే, నిజాయితీతో కూడుకుని ఉంటే నేనెలా ఉన్నానన్నది ముఖ్యం కాదు. ఒక వేళ నేను అందమైనదాన్నైతే, నేను అందంగా ఉంటాననే కారణంగానే నీవు ఉత్తర ప్రత్యుత్తరాలు జరుపుతున్నావనే భావన నన్ను వేధిస్తూ ఉంటుంది. అలాంటి ప్రేమ నాకు జుగుప్స కలిగిస్తుంది. నేను చూడటానికి సాధారణంగా ఉంటే (చాలా వరకు, ఇదే వాస్తవం కావటానికి సాధ్యమని నువ్వు ఒప్పుకోవచ్చు) నువ్వు ఒంటరిగా ఉండి , మరెవ్వరూ దొరకని కారణంగా నాకు ఉత్తరాలు రాస్తున్నావనే భయం నన్ను ఎప్పుడూ పీడిస్తుంది. అందువల్ల నా ఫోటో అడగకు. నువ్వు న్యూయార్క్‌కు వచ్చినపుడు నన్ను చూడవచ్చు. అటుతరువాత నిర్ణయించుకోవచ్చు. 'మనకు ఎలా అనిపిస్తుందో అలాగే నడుచుకోవటానికి మనిద్దరం స్వతంత్రులం'. ఈ విషయాన్ని గుర్తుంచుకో..."

ఆరుగంటలకు ఒక్క నిముషం.

అతను సిగరెట్ వెలిగించి గట్టిగా దమ్ములాగాడు.

అదే సమయంలోఓ యువతి అతడి కంటపడిమది.

లెఫ్టినెంట్ బ్రాండ్ ఫర్డ్‌హృదయం అతడు నడిపే విమానం కూడా ఎగరనంత ఎత్తుకు ఎగిరింది.

ఆ యువతి అతడి వైపే వస్తోంది. ఆమె స్లిమ్‌గా, పొడుగ్గా ఉంది.

ఆమె మృదువైన చెవుల మీదుగా బంగారు రంగు జుత్తు ఉంగరాలు ఉంగరాలుగా భుజాల మీద పరుచుకుని ఉంది.

ఆమె కళ్ళు జలపుష్పాల్లా నీలంగా ఉన్నాయి.

ఆమె పెదవుల్లోనూ, చిబుకంలోనూ ఒక మృదువైన దృఢత్వం ఉంది.

ఆమె లేత ఆకుపచ్చ రంగు సూట్‌లో వసంత రుతువే సజీవంగా వచ్చి ముందు నుంచున్నట్టుగా కనిపిస్తోంది.

అతను ఆమె వైపు కదిలాడు.

అయితే ఆమె ఎలాంటి గులాబీని పెట్టుకోలేదనే విషయం అతను సంపూర్ణంగా మరచిపోయాడు.

అతను తనవైపు కదలగానే ఆమె పెదవులపై అల్లరి నవ్వు మెరిసింది.

"నాకోసమే వచ్చారా సోల్జర్?" మెల్లగా అడిగిందామె.

అతను తనకు తెలియకుండానమే ఆమె వైపు అడుగువేశాడు.

సరిగ్గా అప్పుడే అతడికి హోలిన్ మేనెల్ కంటపడింది.

ఆమె సరిగ్గా లేత ఆకుపచ్చసూట్ వేసుకున్న అమ్మాయి వెనకే నుంచోని ఉంది.

ఆమెకు నలభైఏళ్ళు దాటాయి. ఆమె తెల్లబడుతున్న తన జుత్తును ఒక పాత హ్యాటులో దూర్చింది. ఆమె కాస్త లావుగానే ఉంది.

హైహీల్ షూలో ఆమె లావాటి మాంసఖండాలతో కూడుకున్న పాదాలు కనిపిస్తూ ఉన్నాయి. ఆమె తన ముడుతలుపడ్డ గోధుమ వర్ణపు కోటుమీద గులాబీని అలంకరించుకుని ఉంది.

లేతాకుపచ్చ సూట్ ధరిమచిన యువతి అతడ్ని దాటుకుని వేగంగా అక్కడు నుంచి కదిలిపోయింది.

బ్రాండ్ ఫర్డ్‌కు తాను నిలువునా చీలిపోయినట్టుగా అనిపించింది. లేతాకుపచ్చ సూట్ వేసుకున్న ఆ అమ్మాయిని అనుసరించాలనే కోరిక అతనిలో చాలా తీవ్రంగా కలిగింది. అయితే అతడిలో చైతన్యం ఉడిగిపోకుండా తన చైతన్యంతో కాపాడిన ఆస్త్రీ పట్ల అతడి అభిమానం చాలా గాఢమైంది. సాక్షాత్తు ఆమె వచ్చి ఇప్పుడు ఎదురుగా నుంచుని ఉంది. ఆమె తెల్లటి, లావాటి ముఖంలో మాధుర్యమూ, వివేకమూ తొంగి చూస్తున్నాయి. ఆమె నవ్వులు చిందించే కళ్ళలో కారుణ్యం తొణికిసలాడుతోంది.

లెఫ్టినెంట్ బ్రాండ్‌ఫర్డ్ సంకోచించలేదు. అతడి వేళ్ళు "ఆఫ్ హ్యూమన్ బాండేజ్" పుస్తకాన్ని గట్టిగా పట్టుకున్నాయి. ఆమె ఆ పుస్తకం ద్వారా అతడ్ని గుర్తించాల్సి ఉంది. ఇది ప్రేమ కాదు. అయితే అంతకు మించిన అమూల్యమైన అనుబంధం. ప్రేమకన్నా అపూర్వమైనదేదో అయివుంటుంది. అతను రుణగ్రస్తుడై ఉండాల్సిన స్నేహం వారిమధ్య ఉంది.

అతను తన వెడల్పయిన భుజాలను నిటారుగా చేసి ఒక సెల్యూట్ చేశాడు. చేతిలోని పుస్తకాన్ని ఆమె వైపు చాపాడు.

"నేను లెఫ్టినెంట్ బ్రాండ్ ఫర్డ్‌ను. మీరు...మీరు మిస్ మేనెల్ కదా? మిమ్మల్ని కలవటం చాలా సంతోషంగా ఉంది. నేను మిమ్మల్ని భోజనానికి తీసుకెళ్ళవచ్చా?"అని ఆభిమానంగా అడిగాడు.

ఆ స్త్రీ ముఖం నవ్వుతో వికసించింది.

"ఇదంతా ఏమిటో అర్థం కావటం లేదు బాబు. ఆ పచ్చసూట్ ధరించిన యువతి ఇప్పుడే ఇక్కడి నుంచి వెళ్లిందే – ఆమె నా దగ్గరికి వచ్చి ఈ గులాబీని నా కోటుకు గుచ్చింది. ఒక వేళ నీవు నా దగ్గరికి వచ్చి నన్ను ఎక్కడికైనా డిన్నర్‌కు వెళదామని పిలిస్తే ఆమె ఈ రోడ్డుకు అవతల ఉన్న పెద్ద హోటల్లో ఎదురుచూస్తూ ఉంటానని చెప్పమంది. ఇది ఒక విధమైన పరీక్ష అని కూడా ఆమె నాకు చెప్పింది. నీలా నా ఇద్దరు పిల్లలూ అమెరికా సైన్యంలో ఉన్నారు. ఆ కారణంగా ఆమెకు సహాయం చేయటంలో తప్పేముందని అంగీకరించాను" అందామె నవ్వుతూ.

***

(విపుల, మాసపత్రిక, ఆగస్టు 2013)

అమెరికన్ కథ : సింథియా హల్జ్

మ్యారేజ్ మ్యూజియం

చాలా కాలం తరువాత జెర్రీ ఈవాకి ఫోన్ చేసి, "నీవు నాతో కలిసి ఓ రాత్రి డిన్నర్‌కు రావాల్సిందే! చాలా ముఖ్యమైన విషయం నీతో మాట్లాడాల్సి ఉంది. అంతే కాదు నీకు చూపించవలసింది కూడా ఉంది. వస్తావా?" అన్నాడు.

అతడి మాటలు వింటుండగానే ఆమె గొంతులో తడి ఆరిపోయింది. గతం కళ్ళ ముందు కదిలింది. అదే ముఖం, అదే నవ్వు, అదే మొరటు స్వరం అంతా కలగలిసి వచ్చి గొంతును అతడి పెదాలు రుద్దినట్టయి బలమైన చేతులు తన శరీరాన్ని నలిపినట్టు ఆమెకు అనిపించింది. అదే మాటలు, అదే గుసగుసలు, అంతా అంతా మునుపట్లానే . . .

'నీవొక అక్కరకు రాని మనిషివి, అంతకు మించి ఏమీ కావు' అంటూ గతంలో జెర్రీ తనను విమర్శించాడు.

అంత క్రూరంగా తనతో ఎవరూ మాట్లాడలేదని అనుకుంటూ "డిన్నర్ ఖర్చు ఎవరు భరిస్తారు?" అని అడిగింది.

"నేనే! నేనే ఇస్తాను ఈవా! చాలా చక్కటి ఖరీదైన హోటల్‌కు వెళ్దాం. ఈ శుక్రవారం వస్తావా?" అన్నాడు.

"ఉహూ! శుక్రవారం నాకు చాలా పనులు ఉన్నాయి" అంది.

"నాకు శనివారం కుదరదు, పోనీ ఆదివారం నీకు వీలవుతుందా?"

"ఆదివారమా?..." అని ఈవా ఇంకా ఏదో అంటున్నంతలో "ఎనిమిది గంటలకు?" అన్నాడు.

"ఆ టైంకు వీలు కుదరదు."

"అయితే ఏడు గంటలకు? "

"ఊహూ! ఆరు గంటలకు" అంది.

"ఓ. కే! సీ యూ దెన్" అంటూ జెర్రీ ఫోన్ పెట్టేశాడు.

ఆ వారమంతా ఈవా ఆలోచనల్లో జెర్రీ జ్ఞాపకాలు చోటు చేసుకోవటంతో ఆమె తల తిరిగిపోయింది. ఈ నాలుగేళ్ళ వ్యవధిలో అతనిలో ఏదైనా మార్పు వచ్చిండొచ్చా? అతనింకా ఒంటరిగానే ఉన్నాడా? శిల్పాలు చెక్కే పని మానేశాడా? అదే కోపం, అదే పొగరు, అదే ఉద్రేకం మునుపట్లానే ఉన్నాయా? తన పట్ల ఇప్పుడు అతనికి ఎలాంటి అభిప్రాయాలు ఉండొచ్చు? తనపై ఇప్పటికీ అతడికి కొంచమైనా ...శనివారం రాత్రి అతడు ఏం చేస్తూ ఉండొచ్చు. 'ఛీ ఇదంత తనకు ఎందుకు?' అని అనుకున్నా ఆదివారం అతడిని కలువటం గురించిన ఆలోచన ఆమె మనసులో కలకలం రేపింది.

ఆ ఆదివారం ఏ డ్రెస్సు వేసుకుని వెళ్ళాలో నిర్ణయించుకోలేక పోయింది. ఖరీదైన దుస్తుల్లో, పేరు సంపాదించుకున్న పత్రికా రిపోర్టర్‌గా అతని ముందుకు వెళ్ళటమా? లేక 'నీవు నాకు డైవర్స్ ఇచ్చినా ఎలాంటి దుఃఖమూ, బాధ లేకుండా ఎలా బ్రతికి ఉన్నానో చూడు' అని చూయించటానికి ఏ విధంగా సిద్ధమై వెళ్ళాలా అని ఆలోచించింది. చివరికి బ్యాగి ప్యాంటూ, చుట్టూ లేసులు వేలాడే అందమైన బ్లౌజు వేసుకుని, పొడవైన జుత్తును ముడి వేయకుండా వొదిలేసి అతడిని కలవటానికి వెళ్ళాలని నిర్ణయించుకుంది.

***

ఇంతకు ముందు ఏనాడు చెప్పిన సమయానికి సరిగ్గా రానివాడు ఆవాళ ఈవా రెస్టోరెంటుకు రావటానికి మునుపే వచ్చి ఎదురు చూడసాగాడు. ఆమె రాగానే ఎదురెళ్ళి కరచాలనం చేశాడు. ఇద్దరి చేతి వేళ్ళు పరస్పరం స్పర్శించుకుని మళ్ళీ విడిపోయాయి. ఒక్క క్షణం పాత సంబంధాలన్నీ కళ్ళముందు కదిలాయి. గతకాలపు జ్ఞాపకాలు తనను చుట్టుముడుతుంటే, తల విదిలించుకుని వాస్తవలోకంలోకి వచ్చింది.

"వావ్! గ్రేట్. ఎంత అందంగా ఉన్నావో తెలుసా? అదే అందం, అదే ఆకర్షణ. ఏమీ మారలేదు. నమ్మలేకపోతున్నాను" అని జెర్రీ చెబుతుండగా వెయిటర్ వచ్చి ఈవా దగ్గర ఓ ఛైయిర్ వేశాడు.

ఆమె నెమ్మదిగా వచ్చి కూర్చుని తన తొడలమీద తన చేతులు ఉంచుకుని మృదువుగా, బ్యాలెన్స్‌డ్‌గా, వ్యావహారికంగా "సో, జెర్రీ ఎలా ఉన్నావు?" అడిగింది.

"ఏదో ఇలా ఉన్నాను. నీకు తెలుసుకదా నేనెలా ఉంటానో?"

"నీవు ఇంతకు మునుపు ఏనాడూ ఇలాంటి చోటుకు పిలవనే లేదు."

"ఇది అత్యంత సుందరమైన రాత్రి. ఇలాంటి విలువైన డిన్నర్ క్షణాలు నా జీవితంలో

మరెన్నడూ రాదేమో? అదీ నీలాంటి అందమైన, తెలివైన, గతంలో నా భార్య అయిన స్త్రీ నాతో ఉన్నదంటే..."

అతడి అదే అందమైన ఆకర్షించే మాటలు... ఇప్పటికీ సినిమా స్టార్‌లాంటి సొగసు. ఏడేళ్ళ క్రితం ఈవా స్వయంగా చేత్తో అల్లి ఇచ్చిన నల్లరంగు స్వెటర్ అతని భుజాలను చుట్టుకుని ఉంది. చిన్నపక్షి తన గూడులో హాయిగా జారుకుని పడుకుని అలసటను తీర్చుకుంటున్నట్టుగా ఆ అల్లిన స్వెటర్ కనిపిస్తోంది.

వాళ్ళిద్దరూ వైన్ కోసం ఆర్డర్ ఇచ్చారు.

"ఓహ్! మరిచిపోయాను. ఎలా ఉన్నావు? అంతా సులభంగా నిభాయిస్తున్నావా?" అని మళ్ళీ "ఆ... నీ రచనలు నేను అన్ని పత్రికలలోనూ చూస్తుంటాను. నీవు రాయటంలో పరిపక్వత చెందావు. నీ అభిప్రాయాలలో కొన్నింటితో ఏకీభవిస్తున్నాను. నిజంగానే నీ విమర్శనా దృష్టి పరిపక్వత చెందింది" అన్నాడు.

"నా శ్రమ, శ్రద్ధ, నియమాల వల్ల అది చేకూరింది" అంది.

"అది నాకు తెలుసు" అని జెర్రీ తలాడించాడు.

టేబుల్ కింద ఈవా తన చేతివేళ్ళను నలుపుకుంది. అంతలో వెయిటర్ వైన్ తెచ్చిపెట్టాడు. గ్లాసులో వైన్ పోసుకుంది. తన గురించి తానే జెర్రీతో అంతా చెప్పుకోవాలని అనిపించకపోవటంతో మౌనంగా కూర్చుంది. జెర్రీ గ్లాసులో వైన్ నింపుకుని దాన్ని ఈవా వైపు జరిపి "ఈవా! నీ విజయం ఇక్కడుంది చూడు!" అంటూ తన వెడల్పయిన పెదాలను విస్తరించి వంకరగా నవ్వాడు.

"ఇప్పటికీ చెక్కడం పనే చేస్తూ ఉన్నావా?" అడిగింది.

"నీవు వెళ్ళిపోయిన తరువాత అందులో నేను మనసును ఎక్కువగా లగ్నం చేయలేకపోయాను"

"అయితే ఇప్పుడు ఏం చేస్తున్నావు?"

"ఇప్పుడు నేనేం చేస్తున్నానో చూపించటం కోసమే నిన్ను పిలిచాను. చాలా అందమైన దాన్ని చేసి పెట్టాను. చాలా వరకు అంతా పూర్తయింది. ఇంకా కొంచెమే మిగిలివుంది"

"వావ్, ఈ మాట వింటుంటే చాలా ఆనందంగా ఉంది, తెలుసా? "

"అవునా? అలాంటప్పుడు నీవు దాన్ని చూడాల్సిందే" అన్నాడు.

"సరే, వస్తాను, చూద్దాం" అని ఈవా అంగీకరించింది.

ఇద్దరూ తొందరగానే భోజనం ముగించారు. ఈవాను మాట్లాడనివ్వకుండా ఏదేదో వాగుతూ తాను చేస్తున్న కళ, పని, అదీ, ఇదీ అని జెర్రీ అంతా చెప్పసాగాడు. ఆమె ఏ

మాట అక్కడ చెప్పలేకపోయింది. జెర్రీకి ఈవా కేవలం తన మాటలను వినిపించుకునే ఒక వస్తువులా కనిపించింది. 'నీవేం గొప్పగా చెప్పగలవు, వినటం తప్ప" అని పదే పదే ఆమె తల మీద భారమైనదేదో ఎత్తి వేస్తున్నట్టు వాగుతున్నాడు. అదే చేదు అనుభవం. జెర్రీతో డిన్నర్‌కు రావాలంటే ఎప్పుడూ ఇదే గోడు అని అనుకుంది. పాత రోజులలోని ఇలాంటి యాతనలన్నీ కళ్ళముందు కదిలి తను ఇదంతా ఎలా సహించిందో కూడా గుర్తుచేసుకో లేకపోయింది. ఏమైనాకానీ ఆమె ఒక అక్కరకు రాని ఆడది కదా?

"ఏమైనా నీవు సామాన్యమైనదానివి కాదు" అంటూ పైకి లేచాడు.

ఈవా జెర్రీని అనుసరించి బయటికి వచ్చి టాక్సీ ఎక్కుతూ "ఇప్పుడు ఎక్కడికి వెళుతున్నాం?" అని అడిగింది.

"నన్ను నమ్ము ఈవా" అన్నాడు.

"లేదు, నిన్ను నమ్మలేను" అంది.

"అవునా?" అన్నట్టు నవ్వుతూ "ఎంతైనా నీవు నన్ను వొదిలేసిన దానివి కదా ?" అని మృదువైన భావాలను వెలిబుచ్చే పాటను హమ్ చేయసాగాడు.

ఒక విధమైన మూగహింస ఈవా మనసును కత్తిలా కోయసాగింది.

కొద్దిసేపు పాడుతూ, కొద్దిసేపు మాట్లాడుతూ జెర్రీ ఏదేదో వాగసాగాడు.

రెస్టోరెంట్‌లో తాను ఏమి తిన్నదో, ఏమి తాగిందో గుర్తు చేసుకోటానికి పెనుగులాడింది. తింటున్నప్పుడు ప్యాంట్ మీద పడిన మరకను చూసుకుంది.

జెర్రీ ఉత్సాహంతో, "మనం ఎక్కడికి వచ్చామో చూడు" అన్నాడు.

'ఓహ్! మన పాత ఇల్లు. ఇక్కడికి ఎందుకు తీసుకొచ్చావు?" అంది బాధగా.

"నేనేం చేయాలనుకుంటున్నానో, నీకు ఏమి చూపించాలనుకుంటున్నానో అందుకోసమే నిన్ను ఇక్కడికి తీసుకొచ్చాను" అన్నాడు.

టాక్సీ ఇంటి ముందు ఆగింది. కిందకి దిగారు. ఆ ఇల్లు వాళ్ళు కలిసి జీవించిన ఇల్లు. గతంలో ఉన్నట్టే అదే గ్రే కలర్ ఇటుకలతో నయనానందకరంగా నుంచుంది. తెరిచిన కిటికీలకు వేసిన తెల్లటి విండో కర్టెన్స్ గాలికి అటూఇటూ కదులుతున్నాయి. ఇనుప ఊచలతో నిర్మించిన అందమైన బాల్కనీ కంటబడింది. తన మొత్తం విసుగు, అవమానపు క్షణాలను మరవటానికి నిశ్చలమైన రాత్రులలో ఇదే బాల్కనీ చివరకు వచ్చి గంటల తరబడి ఆకాశంలోని నక్షత్రాలను చూస్తూ ఉండేది.

జెర్రీ లోపలి గదివసారాలోకి తీసుకెళ్ళే తలుపు తెరిచాడు. ఇల్లు అప్పుడున్నట్టే ఉంది. వసారాలో ఉన్న వస్తువులు ఎన్నో యుగాలుగా ఉన్నవున్నట్టే ఎక్కడివక్కడ ఉన్నాయి.

అదే బ్రౌన్‌రంగు దుప్పట్లు వెలుతురుకు మెరుస్తున్నాయి. సోఫా చుట్టూ ఉన్న వస్తువులు నిశ్చలంగా ఉన్నాయి. ప్రతి ఒక్క వస్తువూ ఆమె చుట్టూ తిరుగుతున్నట్టు అనిపించింది. అన్నీ ఎప్పటిలా; వాటితో తానే కలిసి బదికినట్టు, అన్నిటినీ తాకి పలుకరించినట్టు అనిపించింది. అక్కడున్న ప్రతీ వస్తువుతో తనకు సంబంధించిన పాత సుఖాలు, యాతనలు గుర్తుకొచ్చి భరించలేక ముందుగదిలోకి వచ్చేసింది. అక్కడి నుంచి పైనున్న మేడ మీదికి; జెర్రీ, ఈవా ఇద్దరూ అనేక ఏకాంత క్షణాలను గడుపుతున్న స్థలానికి వచ్చింది. తలుపు తమాషా చేస్తున్నట్టుగా కనిపించింది. గతంలో జెర్రీ డేగకు మాంసం పెట్టి తినిపించి తినిపించి మాలీము చేసుకున్న స్థలమది. కడుపులో తిప్పినట్టయి ఒళ్ళంతా వొణికినట్టయి అన్నిటినీ దయనీయమైన కళ్ళతో పరిశీలించింది.

"నీవెప్పుడూ ఇదే రూములో ఉంటావా?" అని అడిగింది.

"లేదు, అప్పుడప్పుడు వస్తాను. అన్ని గదులలోనూ ఉంటాను" అంటూ మరొక గది తలుపు తెరిచాడు. చీకటి అక్కడంతా తచ్చాడుతోంది. ఏదో అస్పష్టమైన మంద కాంతి అందులోకి తొంగి చూడటానికి తపిస్తోంది. తను అల్లిన తెరలు కిటికీకి వేలాడుతూ కనిపించాయి. అనేక ఏళ్ళుగా అవి అలాగే ఉన్నాయి. తలుపును తాకి చేయి కాల్చుకున్నదానిలా చప్పున చేయి లాగేసుకుంది.

"ఎందుకు? ఏమైంది? ఏదైనా ఇబ్బంది కలిగిందా?" అడిగాడు.

"లేదు...లేదు... ఆ... ఉండొచ్చేమో... లేదు అలా ఏమీ లేదు... అయితే మనం ఎందుకు ఇక్కడికి వచ్చాం?" అడిగింది తడబడుతూ.

"నా కోసం, గుర్తుందా? నీకు ఓ విచిత్రాన్ని చూపిస్తానని చెప్పలేదా?" అంటూ మరొక చీకటిగది వైపు నడుస్తూ ఆమె భుజం మీద చేయి వేశాడు. ఈవా పక్కకు జరిగింది. జెర్రీ గదిలో లైటు వేసి "ప్లీజ్ రా ఈవా, నేనేమీ చేయను, లోపలికి రా" అని అభ్యర్థించాడు.

ఆమెను కఠోర దుఃఖంలోకి తీసుకెళ్ళేలా అన్నీ అలాగే పడి ఉన్నాయి. గడిచిన క్షణాల అన్నీ సాక్ష్యాలూ కదలకుండా పడివున్నాయి. అదే పరుపు, తలగడ, రగ్గు, అదే సోఫా, ఛైర్, ఇంటికి ఉపయోగించే వస్తువులెన్నో ఎన్నో ఏళ్ళ నుంచి ఉన్నచోటనే ఉండటం ఆమె కళ్ళలోనూ, మనస్సు లోలోతుల్లోను గట్టిగా గుచ్చుకున్నాయి. కాఫీటేబుల్ మీద వారు తాగిపెట్టిన గ్లాసులు ఇప్పుడిప్పుడే వారు వొదిలిపెట్టి పోయినట్టు; అక్కడే పక్కన చెస్ ఆడుతూ పావులను నిలిపినట్టు కనిపించాయి. అన్నీ చలనం లేకుండా ఉన్నాయి. మరొక టేబుల్ వారు సదా వైన్‌తాగుతూ ఉండే కప్పులు, బాటిల్, చిప్స్ పొట్లం అన్నీ

జాగ్రత్తగా సర్ది ఉన్నాయి. ఎప్పుడో తిని, తాగిన బ్రెడ్ ముక్కలు, నీళ్ళు, వైన్ మొదలైనవి అక్కడపడి వాటి మరకలు ఏర్పడ్డాయి. సవాళ్ల తీవ్రతలో, గెలుపు ఓటముల అంతిమ తీర్మానపు కఠిన స్థితిలో చెస్‌బోర్డుపై రాజు, మంత్రి, సైనికులు, గుర్రాలు, ఏనుగులు అలాగే మిగిలి ఉన్నాయి. ఈవాకు విస్మయంతోపాటు విషాదాన్ని కలిగించాయి.

చెస్ పావుల వైపు చేయి చూపి "ఒక ఆట ఆడదామా?" అన్నాడు. ఈవా అన్యమనస్కంగా టీ.వీ. సెట్ వైపు చూపులు సారించింది. తాను చేసిపెట్టిన అందమైన బొమ్మొకటి ఇప్పటికీ అక్కడే ఉంది.

"నాలా ఉంది కదా ఆ బొమ్మ" అని మళ్ళీ "ఇటు చూడు, కిచెన్ ఎలా ఉంది?" అని జెర్రీ అడిగాడు.

మళ్ళీ అలాంటివే దృశ్యాలు; విసుగు, విషాదాలను తెప్పించేవి.

ఉదయపు ఫలహారం బ్రెడ్‌టోస్ట్ సిద్ధం చేసి పెట్టినట్టు, ఈవా తన ఎప్పటి పద్ధతిలో కాఫీ కప్పు ఎడమచేత్తో పట్టుకుని నుంచున్నట్టు అంతా మళ్ళీ గుర్తుకొచ్చింది. తను చాలా ఇష్టపడి తింటున్న ద్రాక్ష కలిసిన బ్రెడ్‌ను జ్ఞాపకం చేసుకుంది. బొమ్మ వైపు నడిచింది. తాను గతంలో కిచెన్‌లో ఉన్నప్పుడు తొడుక్కునే నిలువంగిని ఆ బొమ్మకు వేసినట్టుగా ఉంది. అయితే బొమ్మ గుండెలమీద టొమోటో పండు రసాన్ని చల్లి మరక ఏర్పరిచినట్టుంది.

"టేబుల్ వైపు చూడు ప్రియా" అన్నాడు జెర్రీ.

గతంలో వాళ్ళిద్దరు ఒకసారి గొడవపడినప్పుడు జెర్రీ కత్తితో పొడవటానికి వచ్చినప్పుడు టేబుల్ మీద ఏర్పడిన గురుతు కనిపించింది. 'గోడవైపు చూడు నా ముద్దుల ఈవా' అని సూచించాడు. అక్కడ కూడా అంతకు మునుపు అతడు కత్తితో గీరిన గుర్తులు ఉన్నాయి. 'ఆ సింక్ వైపు చూడు' అన్నాడు. విరిగిన పాత్రలు అక్కడున్నాయి.

"నాకు ఆశ్చర్యంగా ఉంది. వీటన్నిటిని పారేయక, ఎందుకు ఇలా పోగు చేసి పెట్టావు?" అంది ఈవా జెర్రీ వైపు అనుమానంగా చూస్తూ.

హఠాత్తుగా ఆమెకు కడుపులో తిప్పినట్టయి తిన్నదంతా తోసుకుని వాంతికి వచ్చేంత యాతన కలిగింది. సింక్ దగ్గరికి వెళ్ళి ఒక కప్ పడేసి, సాసర్‌నూ విరగొట్టి, నియంత్రణ కోల్పోయి వెనుదిరిగి మళ్ళీ గోడకు కొట్టుకుని వచ్చి అతని బాహువుల్లో వొరిగి, నయంగా ఆ భుజాలను పట్టుకుని ...గతంలో హత్తుకున్న ఆ భుజాలనే పట్టుకుంది.

అదే కత్తి ... అదే గోడ మీద గీరిన గుర్తులు.

'జెర్రీ, నీవొక మానసిక రోగివి. కచ్చితంగా నీవు రోగివి" అంది.

"లేదు, కచ్చితంగా కాదు. ఇది కళ ఈవా, మన జీవితపు కళారూపం మాత్రమే. a one-man show. నేను దీన్ని ఏమని పిలుస్తానో తెలుసా? marriage museum అని పిలుస్తాను" అని మృదువైన కంఠంతో, కపట ప్రేమను ప్రదర్శిస్తూ జెర్రీ ఆమె భుజాలను పట్టుకుని మాట్లాడసాగాడు.

ఈవా భరించలేక "అంటే, జెర్రీ! నీవు నీ చుట్టూ ఉన్న అన్నిటినీ నాశనం చేసేవాడిలా ఉన్నావే?" అంది అతని చేతుల్లోంచి బయటపడి.

"అవును, కావచ్చు. నేను నా సంతోషం కోసం ఇలాగే ఉంటాను. అదే నిజమైన సౌందర్యం. మన ఈ మ్యారేజ్ మ్యూజియం చూడటానికి జనం వస్తారు. వారి వెనుక నుంచుని ఈ వస్తువులన్నిటి వివరాలు, అప్పుడు జరిగిన సంఘటనల గురించి వివరాలు చెబుతాను. ఇంటి లోపలి ప్రాంగణమంతా తిరిగి టీ.వీ. ముందు కాఫీ తాగుతూ కూర్చుని ఎల్లితో కబుర్లు చెబుతాను. అవునూ! నీవు ఎల్లితో మాట్లాడావా? ఆమె నీకు సమాధానం ఇచ్చిందా?" అని జెర్రీ వ్యంగ్యంగా మాట్లాడసాగాడు.

"నీవొక పనికిమాలినవాడివి. నీకు దేనిపట్లా ప్రేమ, గౌరవం లేదు. జీవితంలో లక్ష్యం, గమ్యం, మంచి ఆలోచనే లేదు. ప్రస్తుతం, నీ నుంచి డైవర్స్ తీసుకోవడమే మంచిదైంది" అని గట్టిగా మాట్లాడసాగింది.

"గొడవ చేయకు, కాస్త ఆగు, ఇంకా చూపించాల్సింది చాలా ఉంది" అన్నాడు.

ఈవా కోపంతో మండిపడుతూ, "యూ బాస్టర్డ్! ఇదేనా నీ కళాప్రతిభ? దీన్ని కళ అని ఎవరంటారు? ఇవన్నీ మన గడిచిన దాంపత్యజీవితపు అత్యంత మధురమైన వ్యక్తిగత క్షణాల సత్యాలు. పిచ్చిపిచ్చిగా మాట్లాడకు" అంటూ లేచి నుంచుంది.

"ఆగాగు నా ముద్దులరాణి, చాలా ముఖ్యమైనదాన్ని నేనింకా చూపించనే లేదు" అంటూ ఆమె భుజాలు పట్టుకుని బెడ్‌రూం లోపలికి లాక్కునిపోయాడు.

ఆ గదిలో ఈవా పోలికలతో ఒక నగ్నమైన స్త్రీ సుందర చిత్రం ఉంది.

ఇది అవమానం. వికటానుకరణ. తన దాంపత్య జీవితపు స్థితులన్నిటినీ ఎగతాళి చేయటానికి పూనుకుని, పెళ్ళయిన మొదటిరోజు ఈ గదిలో ఇద్దరూ చేరిన జ్ఞాపకం వచ్చి, ఈ జెర్రీ ఏదో కుట్రచేయాలనే ఈ వస్తువులన్నీ దాచాడనిపించి అతని పట్ల ఆమెకు అసహ్యమేసింది. అప్పట్లో జీవితం ఎంతో అందంగా ఉండేదని అనుకుంది. ఎన్ని సమస్యలున్నా పక్కన చేరినప్పుడు అన్నీ మరిచి కాలం గడిపేవారు. అప్పటి ఉద్వేగం, ఉన్మాదం, కోరికలు, సుఖసంతోషాలు, నవ్వులు, తమాషాలు ఒక్కలాగే ఉంటాయి. వీటన్నిటిని అతను ఎలా చులకన చేయగలడు?

తలుపుమీద కత్తి వల్ల ఏర్పడిన చీలికను చూస్తూ భారంగా సోఫా మీద కూలబడుతూ నిర్దయతో కూడిన క్షణాలను పీల్చుకుంది. ఏదో తెలియని అలసట, ఆవేదన ఆమెను పీడించసాగింది. శరీరం నుంచి రక్తం తోడేస్తున్నట్టు అనిపించి, బాధతో "నీవు అత్యంత దుర్మార్గుడివి, వంచకుడివి" అంది.

"ఈ బెడ్ రూంకు సందర్శకులు వచ్చి వివిధ రీతుల్లో చూస్తున్నప్పుడు నేను ఏమి చేస్తానన్నది నీకు ఆశ్చర్యాన్ని, కంగారును కలిగిస్తున్నాయి కదా? చెబుతాను. నీ పోలికలు ఉన్న ఆ ఎల్లి నగ్నచిత్రంలో కనిపిస్తున్న ఎదను తాకుతాను. ఈ సిగరెట్ తీసుకుని కాల్చు అంటాను, ఈ బీరు తాగు అంటాను. ఎలా ఉంది నా ఆలోచన?" అన్నాడు.

దుఃఖంతో ఈవా అక్కడి నుంచి బయటికొచ్చి "ఈ నరకాన్ని చూపించాలని నన్ను పిల్చుకొచ్చావా? ఇదంతా నేను చూడలేను. ఈ వికారాన్నంతా నేను భరించలేను. ఈ వస్తువుల స్థానంలో నన్ను ఉంచాలని నన్ను పిల్చుకొచ్చావా?" అంది.

"లేదు ఈవా. నీవు నన్ను అపార్థం చేసుకున్నావు. ఇవన్నీ నా గతపు జ్ఞాపకాలు. భయపడకు. నిన్ను నీవు ఆ బొమ్మలో, చిత్రంలో, వస్తువుల్లో ఊహించుకోవటం లేదుకదా?" అన్నాడు.

"నా నుంచి నీవేం కోరుతున్నావు?" అంటూ దుఃఖంతో చెంపలపై కన్నీరు కారుతుండగా అడిగింది.

కొద్ది క్షణాలు అక్కడ మౌనం రాజ్యమేలింది.

ఈవా నెమ్మదిగా బయటికి వచ్చి కాఫీటేబుల్ దగ్గర నుంచుంది. ఆమె ముందు చెస్‌బోర్డ్ ఉంది. ఆట ఆడాలనే ఆసక్తి లేకపోయినప్పటికీ ఊరకే ఆ పావులను తాకింది. తనకు తెలియకుండానే రాణిని అపాయం నుంచి తప్పించేటట్టు పావులను కదిపి క్రూరసైనికుల నుంచి తప్పించింది.

"ఎల్లికి నీలా తెలివిగా ఆట ఆడటం చేతకాదు. నా దగ్గర ఎన్నడూ ఆమె గెలువలేదు" అంటూ జెర్రీ ఆమె వైపు చూశాడు.

"నాకు ఇప్పుడు అంతా బాగా అర్థమవుతూ ఉంది. నీవు ఏ విధంగా నా వ్యక్తిగత క్షణాలన్నిటినీ వంచనతో చంపుతున్నావో అని. నా చరిత్రను చంపటంలో నీకు అత్యంత సంతోషం కలుగుతోంది కదా?" అంది ఖిన్నతతో.

జెర్రీ ఏమీ కానట్టు ; టీవీ ఎదురుగా ఉన్న బొమ్మను కింద పడవేసి దాని భుజం మీద పాదంపెట్టి సిగరెట్టు వెలిగించి, "తీసుకో, నీవు ఒక సిగరెట్ కాల్చు" అని ఈవా ముందు పెట్టాడు.

"వద్దు" అంటూ భరించలేనివి భరిస్తూ, కుంగిపోతున్న మనస్సును బిగపట్టుకుని గోడకు ఒరిగి అతను సిగరెట్ పొగను ఉఫ్...ఉఫ్‌మని ఊదటం చూస్తూ ఉండిపోయింది.

"నా ఈ మ్యారేజ్ మ్యూజియం గురించి నీవు ఒక వ్యాసం రాసి నాకు ప్రచారం కల్పించకూడదా? నాతో ఒక ఇంటర్వ్యూ తీసుకో. నాకు భారీ పబ్లిసిటీ ఇస్తావని భావిస్తున్నాను. అదీకాక నీకూ ఇలాంటి విచిత్ర కళాప్రక్రియ పట్ల ఆసక్తి ఉందికదా? దీని గురించి ఒక పత్రికా విలేకరిగా రాయొచ్చుకదా?" అన్నాడు.

"ఛీ! నీవొక పిచ్చివాడివి... మన వ్యక్తిగత జీవితాన్ని ఇలా బహిరంగపరచడానికి నీకు ఏలాంటి హక్కు లేదు. నా వ్యక్తిగత క్షణాలను లాభం కోసం పెట్టుబడిగా చేసుకోడానికి నీకు సిగ్గుగా లేదా? దీన్ని చూసిన ప్రజలు నవ్వుతారు. అంతే. నేను వెళుతున్నాను" అంటూ లేచి నుంచుంది.

"నీవింకా అసూయాపరురాలిగానే ఉన్నావే? నేను ఈ మ్యారేజ్ మ్యూజియం సృష్టించాను, బాగా చూడూ" అన్నాడు జెర్రీ.

ఈవా అతడి మాటలకు స్పందించకుండా "నా బ్యాగ్ ఎక్కడ పెట్టావో, తీసివ్వు, నేను వెళ్తాను" అంది.

పెదవులు వంకరచేసి వెకిలినవ్వు నవ్వుతూ "నాతో కాసేపు మాట్లాడి వెళ్ళు" అన్నాడు. "నా వైపు చూడు, ఫ్రీగా ఉండు. అయినా నీ వొంటిని తాకి ఇబ్బంది నేను పెట్టడం లేదు కదా? మనం ఈ నాలుగేళ్ళలో ఒక్కసారి కూడా కలిసి మాట్లాడనే లేదు కదా? అందుకే మనం ఇప్పుడు మాట్లాడుదాం, కూర్చో" అన్నాడు.

ఇద్దరూ అదే పాత కాఫీటేబుల్ దగ్గరున్న ఈజీ ఛైర్ దగ్గరకు వచ్చారు.

టేబుల్ మీదున్న సిగరెట్ పెట్టెలోంచి ఓ సిగరెట్ తీసి ఈవా వెలిగించింది. ఎలా కాల్చాలా అని కొద్దిసేపు సంకోచించింది. ఏమి చేయాలో తోచక నిస్సహాయంగా కూర్చుంది.

"నాకు కేవలం పది నిముషాలు చాలు. నిజాయితీగా చెబుతున్నాను. నా మాటలు విను" అన్నాడు.

ఈవా మెట్లు ఎక్కింది. భారమైన అడుగులు వేస్తూ తలుపుల వైపు నడిచింది. జెర్రీ కళ్ళు ఇప్పుడు క్షమాపణలు కోరుతున్నట్టుగా కనిపించాయి. ఆ కళ్ళను ఆమె ఎన్నోసార్లు దగ్గరి నుంచి చూసింది. అతని కంఠస్వరం ఇప్పుడు తగ్గి మాటలు నెమ్మదిగా మృదువుగా వెలువడుతున్నాయి. అది ఆమె శాసనిశ్వాసాల లయను విరిచింది. అప్పుడామెకు ఏ దారి కన్పించక కాస్సేపు కూర్చుని సమాధానపరుచుకోవాల్సి వచ్చింది.

"నీదొక భిన్న ప్రకృతి. పరిస్థితులు ఇప్పుడు వేరు. నీకు ఇక్కడ కూర్చోవాలనిపిస్తే కూర్చో. నీవు చాలా ధైర్యవంతురాలివి. వద్దనిపిస్తే వెళ్ళిపో. నిర్ణయం నీదే. నా బలవంతం ఏమీ లేదు" అని మళ్ళీ ప్రేమను, వినయాన్ని ప్రదర్శిస్తూ " ప్లీజ్! సిట్‌డౌన్, ఎందుకు ఫోజు కొడుతున్నావు? నీకు ఇష్టమైన స్కాచ్ ఇస్తాను. కూర్చో ఓ పెగ్ తాగుదువు" అన్నాడు.

ఏదో నిర్ణయానికి వచ్చినట్టు "సరే, తాగుతా, తీసుకునిరా" అంది.

జెర్రీ ఆశ్చర్యంతో "తప్పకుండా" అంటూ గదిలోంచి స్కాచ్ బాటిల్, గ్లాసులు తెచ్చి ఆమె ముందుంచి, "తీసుకో, నాకూ ఓ గ్లాసు ఇవ్వు" అన్నాడు.

తనకెంతో ప్రియమైనవారి మృదువైన బాహువుల ఆసరాతో వొరిగి మెత్తటి తొడ మీద కూర్చున్న సుఖమైన అనుభవాన్ని ఇచ్చే ఆమె ఇష్టమైన ఆ పాత గులాబీ రంగు ఛైర్‌లో కూర్చుని ఒక గుటక విస్కీ తాగింది.

"నీకు గుర్తున్నాయా, ఇలా విస్కీ తాగుతూ, బోట్‌లో విహరిస్తూ, గాలిలో తేలుతున్నట్టుగా ఉన్న ఆ రోజులు?" అని జెర్రీ అడిగాడు.

ఈవా చిన్నగా నవ్వింది.

"ఓహ్! స్విమ్మింగ్ డ్రెస్‌తోటే ఆ పడవలోంచి ఎలా కిందికి పడ్డామో? అప్పుడు నీవు చారల చారల బికినీ తొడుక్కున్నావు కదూ? అవునూ, ఆ బికినీ అలాగే ఉంచావా?" అని అడిగాడు.

"లేదు" అంది.

"గుర్తు చేసుకో నా ముద్దుల రాణి. ఎంత సరదాగా ఉండేదప్పుడు. ఎంత వేడి, ఎంత దాహం, ఎంత అలసట, ఎంత ఆకలి ... అంతా ఎంత బాగుండేది కదా? నిన్ను నిలువెల్లా ముద్దాడుతూ ఉండేవాడిని. అదంతా నీకు జ్ఞాపకం లేదా? చెప్పు ఈవా, చెప్పు" అంటూ ఆమెను మురిపించే మాటలు మాట్లాడసాగాడు.

"నాకు గుర్తుకొస్తున్నాయి" అంది.

ఆమె గొంతులోంచి స్కాచ్ పొట్టలోకి జారుకుంది.

జెర్రీ చెప్పిన ఆ క్షణాలను, రోజులను జ్ఞాపకం చేసుకుంది.

ఎండిన ద్రాక్షలు తినటం, బోటులో తిరుగటం, పిచ్చి ప్రేమలో వెచ్చగా గడపటం, జెర్రీతో కాలం గడపటం అంతా ఆమె కళ్ళముందు కదలింది.

జెర్రీ సోఫామీద పడుకున్నవాడు ఉన్నట్టుండి లేచి కూర్చుని ఈవా ముఖంలోకి చూస్తూ "చెప్పు, ఇప్పుడు ఇంత ఒంటరిగా జీవించటం సాధ్యమా? చెప్పు. నీవు ఇంకా ఒంటరిగానే ఉన్నావని అనుకోవాలా?" అని అడిగాడు.

ఈవా నెమ్మదిగా గ్లాసు అడుగును చూస్తూ "నేను ... నేను... ఒంటరిదాణ్ణి. మొదట్లో ఇలా ఉండటం భయంకరమైన హింసగా అనిపించేది. అయితే ... ఇప్పుడు అలవాటు చేసుకున్నాను. ఇలా ఉండటమే సరి అనిపిస్తోంది" అంది.

"నీకు ఇలా ఉండటమే ఇష్టమా?" అని రెట్టించి అడిగాడు.

"అవును, అలా ఉండటం వల్ల అనేక ప్రయోజనాలు ఉన్నాయి" అంది.

"ఎలాంటి ప్రయోజనాలు?"

అతడి వైపు చూస్తూ "నీ బుద్ధి ఎందుకు ఇంకా సరిదిద్దుకోలేదు. ఎవరి తోడులోనైనా సుఖంగా ఉండటానికి నీకేమైంది? ఏ సాధనా లేక ... ఇలా ... " అంటుండగా జెర్రీ తల గోక్కుని, "నీకు నా పని మీద ఆవగింజంత ఆసక్తి లేదు" అన్నాడు.

"అదేం కాదు, నీవు చాలా గొప్పది అని అనుకుని అత్యంత అల్ప విషయానికి అధిక శ్రమను వెచ్చిస్తున్నావు, అంతే" అంది.

"అవునా? థాంక్స్" అని కాళ్ళు బార్లా చాపాడు.

ఆమె వెనక్కు జరిగి కోపంగా, గట్టిగా 'ఛీ' అని, మాటలు కొనసాగించలేక తడబడి, "ఈ నీ 'మ్యారేజ్ మ్యూజియం'లో నన్ను ఏం చేయాలనుకుంటున్నావు?" అంది.

"నేను ఇదివరకు దేన్ని గొప్పగా భావించి చేయలేదో దాన్ని చేయాలనిపిస్తోంది" అని జవాబిచ్చాడు.

అతని మాటలకు ఆమె ప్రతీ క్షణం ఇనుప చట్రంలో పడినట్టుగా నలిగిపోసాగింది.

"ఇదంతా చూడటానికి వచ్చే జనం నిన్ను, నీ మ్యూజియంను గురించి కేవలం నవ్వుకుంటారు. అంతే" అంది.

'లేదు, ఇక్కడికి వచ్చేవారెవరూ నవ్వలేరు. ఇక్కడున్న ప్రతీ వస్తువులు, మనం వాటితో గడిపిన క్షణాలను, మన ప్రేమను, ఆగిపోయిన వేడి ఊర్పులను, కౌగిలింతలను, కోరికలను, తహతహను ... ఇంకా ... ఏమేమో ... కోపాన్ని... బాధను... ఎడబాటును ... ఇలా అన్నిటినీ గుర్తిస్తారు. అలాంటి సమయంలో ఎవరు మాత్రం నవ్వగలరు? మాటలు రాని మూగవారవుతారు" అన్నాడు.

"అలా జరగదు. ఈ నీ దుర్మార్గపు మ్యారేజ్ మ్యూజియం చూసి ఉలిక్కిపడతారు. తెల్లబోతారు. కంగారుతో పారిపోతారు. ఇలాంటి పిచ్చి కళాకారుడి మ్యూజియంతో సహవాసం వద్దని తమ ఇంటిని, భార్యను, అందమైన సంసారాన్ని గుర్తు చేసుకుని తిరిగి వెళ్ళిపోతారు" అంటూ ఖిన్నురాలయింది.

జెర్రీ ముఖం ముడుచుకుపోయింది.

"నీకు అలాంటి సుందర వివాహాల గురించి కలలు కనటం ఇష్టం కదా? అయితే అవి నాకు ఒక విధంగా విసుగు తెప్పిస్తాయి" అన్నాడు ఎగతాళిగా.

ఈవా ఏదో ఆలోచిస్తూ అటూఇటూ తల తిప్పి చివరి గదిని, ఆ గోడను, కిటికీని, బెడ్‌రూం తలుపును చూసింది. తరువాత నిట్టూర్పు విడుస్తూ "నాకు మిగిలిన ఒకే ఒక దారి ఒంటరిగా ఉండటం. ప్రశాంతంగా నా పనుల మధ్య జీవించడం. ఎవరినైనా మళ్ళీ పెళ్ళి చేసుకోవాలనే కోరిక కాసింతైనా నాలో మిగల్లేదు" అంది.

"అరే! ఎవరి ప్రేమ పాశానికి చిక్కక, ఎవరితోనూ ఉండక, ఎలా జీవిస్తావు?" అని అడిగాడు.

ఆమె కూర్చున్న కుషన్ సీటు కుంగిపోతున్నట్టు అనిపించింది. కుర్చీ పట్టీలను జాగ్రత్తగా పట్టుకుని, "అలాంటి ప్రేమ లేదా దాహపు సంబంధాల కోసం నేను ఎదురు చూడను. నాకు ... నాకు జీవితం మాత్రమే అన్నిటికన్నా గొప్పది" అని నిట్టూర్చింది.

"నేను నీకు ఇష్టమైనప్పుడు ఈ జగత్తులో ప్రేమే గొప్పదనిపించింది. అవునా?" అని జెర్రీ తమాషాగా అన్నాడు.

"ఓహ్! అదంతా గుర్తు చేయకు. నీతో జీవితం పదునైన కత్తి అంచు మీద నడుస్తున్నట్టుగా ఉండేది" అని దుఃఖంతో నలిగింది.

"అలాగైతే నీకు నా పట్ల ప్రేమ భావాలు మిగల్లేదా" అడిగాడు.

"లేదు. లేనే లేదు. అయితే మరో విధమైన భావాలు ఉన్నాయి" అంది.

"నా పట్ల మధురమైన జ్ఞాపకాలు లేవా?"

ఈవా ముఖం తిప్పుకుని "ఏమన్నావు?" అంది.

జెర్రీ మాటల్లో ప్రేమను వొలికిస్తూ "ఈవా, నా ఈవా, ఇప్పటికీ నీకోసం ప్రేమ భావాలు నాలో మొలుస్తూనే ఉన్నాయి" అంటూ ఆమె వైపు కదిలి తన రెండు చేతులను చాపాడు. అతడి చేతులు ఆమె వైపు త్రాచుల్లా చలించాయి.

ఆమె అతడి వైపు తిరస్కారంగా చూసింది.

"నీవు నన్ను పక్కకు తొలగిపొమ్మని తోసేసినా, నేనింకా నిన్ను లవ్ చేస్తూనే ఉన్నాను ఈవా" అని ఆమె వైపు చూశాడు.

ఈవా మరొక గ్లాసు స్కాచ్‌ను గొంతులోకి వొంపుకుంది.

మత్తు తలకెక్కడంతో ఆమె కళ్ళు మూతలు పడసాగాయి.

ఆమె సరిగ్గా దేన్నీ చూడలేక తల తగ్గించి కంపిస్తున్న చేతులను నేలకు ఆనిస్తూ అలాగే నేలపై కూలబడింది.

"ఈవా! నా వైపు తల ఎత్తి చూడు. నీవు ఏం చేసినా నేను అంతా మరిచి ఇప్పటికీ ప్రేమిస్తున్నాను. I love you now ., Eva look at me. Look up. its true, నిన్ను వొదిలి జీవించటం సాధ్యం కాదు ఈవా" అని ఏదేదో వాగసాగాడు.

ఈవా మత్తులోంచి బయటపడక కళ్ళు మూసుకుని నిస్సత్తువగా నేలపై పడివుంది. ఆమె శరీరం బాధలను వేగంగా స్వీకరిస్తోంది. మనస్సు గతం వైపు చూస్తోంది. జ్ఞాపకాలు ఎండలా పరుచుకొన్నాయి. ఇదే భంగిమలో జెర్రీ తన ఎదుట కూర్చుని బొమ్మలు గీసేవాడు. ఎన్నో వ్యక్తిగత క్షణాలను ఇక్కడే అతడితో పంచుకునేది... ప్రేమ లేకుండా ఏదీ ఎప్పుడూ గొప్పది కాదు... అయితే జెర్రీ నిజంగానే ఎన్నడూ మంచి ప్రేమికుడు అనిపించలేదు. ప్రేమసారం అతడికి తెలియదు... మనసులో అనుకుంటూ కళ్ళు తెరిచింది.

జెర్రీ ఆమె వైపు చూస్తూనే ఉన్నాడు.

ఈవా లేచి నుంచుని, "నేనిక వస్తాను. ఇప్పటికే ఆలస్యమైంది. వెళ్ళాలి" అంది.

"ఇంకాసేపు ఉండు, నా పట్ల నీకు ఏ భావాలు లేవా? చెప్పు, నా అంతరంగంలోని అందమా చెప్పు" అని వేధించసాగాడు.

"అబ్బా, నేను భరించలేకపోతున్నాను. నా పాలికి నన్ను వొదిలెయ్. నీ పట్ల కోమలంగా ఆలోచించటానికి నాకు ఇప్పుడు సాధ్యంకాదు. నా బ్యాగ్ ఎక్కడ పెట్టావో తీసివ్వు. నేను వెళ్తాను" అని పట్టు పట్టింది.

"చెప్పు ఈవా , నీవు బెడ్ రూంలో ఒంటరిగా ఉన్నప్పుడు నా గురించి జ్ఞాపకాలు రావా? ఎన్నడూ నన్ను గుర్తు చేసుకోలేదా? లేదా ఏదైనా పని చేసుకుంటున్నప్పుడు నీ మనసులో నేను మెదల్లేదా? ఈవా మాట్లాడు. దీని గురించి ఏదైనా చెబితే నాకంతే చాలు ... ఆ మాటల్ని నీ నోటి గుండా ఒక్కసారి ఉచ్చరించు. ఆ మాటల్ని నేను వినాలి. నాకది కావాలి..." అని బతిమిలాడాడు.

ఈవా తలుపు దగ్గరికి నడిచి, ఆగి, తిరిగి చూసి, అతడితో అంది, "నేను దేన్నీ నీ కోసం చెప్పలేను, ఏమీ చేయలేను కూడా" ఆంది.

అతడి ముఖం నల్లబడ్డటై బాధతో ఎదను సవరించుకుంటూ తన గుండె పగిలిపోతున్నట్టు ... దయనీయంగా "నా పట్ల ఏ భావనా లేదా? మనిద్దరం ఎన్నేళ్ళు కలిసి బతికాం.... ఇప్పుడు అదంతా ఏమీ లేదంటున్నావు... నా పట్ల నిజంగా సున్నితమైన చిన్న భావన కూడా లేదా?" అని అంగలార్చాడు.

"క్షమించు జెర్రీ, నేను ఇక నిర్దయురాలిగా ఉండలేను. ఏమైనా కానీ, నీ పట్ల నాలో మధురమైన భావాలు ఇప్పటికీ మిగిలి ఉన్నాయి. అయితే గడిచిన సుందరమైన

ఘడియ పట్ల నాకు గౌరవం ఉంది. అయితే నీకు లేదు" అంది.

జెర్రీ ఆశ్చర్యంతో, గెలిచిన గర్వంతో పైకి లేచి, "ఏమన్నావు? మళ్ళీ చెప్పు?" అన్నాడు.

"నేను ఇంకా నిన్ను లోలోపల ప్రేమిస్తూ ఉన్నాను ... అయితే నీవు ఇంకా... ఇంకా ..." అని అంటుండగానే ఆపి-

"అవునా, దాన్ని మరొకసారి చెప్పు" అన్నాడు ఆత్రంగా.

"ఊహూ (! నా వల్ల కాదు. ఏడ్పు వస్తోంది" అని చేతుల్లో ముఖం దాచుకుంది.

"చెప్పాల్సిందే!" అంటూ పట్టుబట్టాడు.

అప్పటికే ఆమె నుదుటి మీద చెమట బిందువులు ప్రత్యక్షమయ్యాయి.

దుఃఖం, ఆనందం, సహనం, ప్రేమ, జ్ఞాపకం, విషాదం అంతా కలగలిపి చెబుతున్నట్టుగా ఆమె మెల్లగా అంది-

"I love you"

"గట్టిగా చెప్పు ఈవా" అన్నాడు నవ్వుతూ.

ఈవా మళ్ళీ " I love you" అంది.

"ఈవా, ఇంకా గట్టిగా చెప్పు , ప్లీజ్ ఇంకా గట్టిగా చెప్పు" అన్నాడు జెర్రీ.

ఆమె ఎక్సైటింగ్‌గా "I love you . I love you, dammit !" అని గట్టిగా అరిచింది.

జెర్రీ లేచి నుంచున్నాడు.

ఆమె జెర్రీ దగ్గరికి పరుగెత్తి, "ఓ జెర్రీ, నా ప్రియమైన జెర్రీ" అంటూ అతడ్ని హత్తుకుంది.

జెర్రీ ఆమెను వ్యంగ్యంగా చూస్తూ, ఆమెను నిర్లక్ష్యంగా సోఫా వైపు తిరస్కారంగా తోశాడు. కాఫీటేబుల్ మరుగున దాచి పెట్టిన మైక్రోఫోన్ బయటికి తీసి డెక్ పెట్టిన మరో గదిలోకి పరుగెత్తాడు. అక్కడ అంతకు మునుపే వాళ్ళిద్దరూ కూర్చుని, నడుస్తూ, నుంచుని మాట్లాడినదంతా మైక్రోఫోన్ రికార్డ్ చేసుకుంది. జెర్రీ ఇదంతా ప్లాను ప్రకారం చేసి గదిలో మైక్రోఫోన్ దాచి వారి మాటలంతా రికార్డ్ చేశాడు. జెర్రీ టేప్‌రికార్డ్ స్విచ్ నొక్కాడు. డెక్ ద్వారా వారి మాటలు గదంతా ప్రతిధ్వనించసాగాయి.

"నాకు కావాల్సింది ఇప్పుడు దొరికింది" అంటూ ఈవా వైపు క్రూరంగా నవ్వుతూ చూశాడు. "ఇప్పుడు మ్యారేజ్ మ్యూజియం చూడటానికి వచ్చేవారంతా మన మాటల్ని ఈ టేప్ ద్వారా వింటారు. అప్పుడు సందర్శకులు ఎలాంటి సుఖాన్ని పొందుతారో తెలుసా?" అని ఏదో జయించినవాడిలా గదిలో అటూ ఇటూ తిరుగుతూ, గెంతుతూ

తాను దాచి పెట్టిన ఈవా వ్యానిటీ బ్యాగ్‌ను ఆమె పైకి విసిరి "get out of here" అన్నాడు.

ఈవా నిర్ఘాంతపోయింది. దుఃఖం, అవమానం, నిస్సహాయత, నీరసం ఒక్కసారిగా తనను కమ్ముకున్నట్టయి సోఫా మీద కూలబడింది. 'నీవు ఇక ఇక్కడి నుంచి వెళ్ళొచ్చు' అన్నట్టు జెర్రీ ఆమె ముందు నుంచున్నాడు. అతని వేళ్ళు స్టీరియో టేప్ దగ్గర అలలు అలలుగా తిరుగుతున్నాయి.

ఈవాకు బిగ్గరగా రోదించాలో, భరింపరాని కోపంతో అతడ్ని చంపాలో లేదా తనను తాను చంపుకోవాలో ... లేదా అన్నిటిని గుండెలో దాచుకుని బ్రతకాలో ... ఏమీ తోచనట్టయి లేచి నుంచుంది.

అతడు ఇంకా ఏమేమి చేస్తాడో అని మనస్సు లోలోపల బెదిరింది.

కళ్ళ చివరల నుంచి చెంపలపై జారుతున్న కన్నీటిని ఆపుకోడానికి ప్రయత్నిస్తూ ఆ మ్యారేజ్ మ్యూజియం నుంచి నెమ్మదిగా ఒక్కొక్క మెట్టు మీద భారంగా అడుగుపెడుతూ దిగసాగింది.

ప్రకృతి అంతటా చలించే విశాలమైన గాలిలో ఊపిరి పీలుస్తూ నడవసాగింది.

***

(విపుల, మాసపత్రిక, మార్చి 2015)

ఆంగ్ల కథ : పెర్ల్ ఎస్ బక్

ఎక్కడికి వెళ్ళాలి?

యువాన్ పని కోసం తిరుగుతున్నాడు. కొన్ని నెలలుగా అతను షెంగాయ్ వీధుల్లో తిరిగాడు. అయితే ఒక్క మంచి ఉద్యోగం కూడా దొరకలేదు. చిన్న చిన్న పనులు అతనికి దొరికిండొచ్చు. కానీ అతనే వాటివైపు దృష్టిసారించలేదు. అలాంటివాడు హఠాత్తుగా రైల్వే స్టేషన్‌లో గేట్‌కీపర్‌గా పని చేయడానికి నుంచున్నప్పుడు పరిచయస్థులు ఒక్కసారిగా తెల్లబోయారు.

కాలేజీ చదువు ముగియగానే అతను తన గురించి గొప్ప గొప్ప కలలు కనసాగాడు. భవిష్యత్తు పట్ల ఏదేదో ఊహించుకోసాగాడు. తానొక పెద్ద అధికారి అవుతాడని గాఢంగా నమ్మాడు. ఒక వేళ పెద్ద అధికారి కాకపోయినా, ఓ అధికారికి పర్సనల్ అసిస్టెంట్‌గానైనా తప్పకుండా ఉద్యోగం వస్తుందని అనుకున్నాడు. అందుకు తన ఆంగ్లభాషా జ్ఞానం బాగుండటమే కారణమవుతుందని దృఢంగా నమ్మాడు.

నిజానికి యువాన్‌కు ఆంగ్లభాష మీద మంచిపట్టు ఉంది. ఆంగ్లంలో అతను అనేక వ్యాసాలు రాశాడు. “పెకింగ్‌లోని పాతగోడలను ఇప్పటి ప్రగతిశీల ఉద్యమ నేపథ్యంలో పడగొట్టాలా? లేదా వాటిని స్మారకచిహ్నాలుగా అలాగే నిలుపుకోవాలా?” అనే విషయం గురించి అతను వ్యాసం రాశాడు. అనేక ఆధారాలను పొందుపరిచి, తర్కబద్ధంగా ఆ గోడను పడదోయటమే సమంజసమని అతను వాదించాడు. యువాన్, అతని మిత్రులు ప్రగతిశీల ధోరణిపట్ల నమ్మకం ఉన్నవారు. అయినా అతడి చదువు పూర్తయ్యాక అతడికి పెద్ద ఉద్యోగం దొరికినట్లయితే; అందుకు అతడి ఆంగ్లభాషా జ్ఞానమే కారణమైతే అందుకు ఎవరూ ఆశ్చర్యపడనక్కర్లేదు.

యువాన్ తండ్రికి అదే వీధిలో ఒక దుకాణం ఉంది. అందులో ఆయన విదేశీ వస్తువులైన సైకిళ్ళను అమ్ముతున్నప్పటికీ చెప్పుకోదగ్గ లాభం చేతికి అందేది కాదు. ఆ కారణంగా ఆయన కొడుకుకు ఎలాంటి సహాయం చేసే స్థితిలో లేడు. అధికారులను

కలవటం, వారితో మాట్లాడటంలోనే సమయమంతా గడిచిపోయేది. దాని కోసమే ఆయన విజిటింగ్ కార్డును అచ్చు వేయించాడు. ఆ కార్డు వల్ల ఆయన అన్ని రకాల మెషినరీ వ్యాపారం చేస్తున్నట్టు అర్థం చేసుకోవచ్చు.

ఒకసారి తమ డైరీలో తమకు పరిచయం ఉన్న ఓ అధికారి చిరునామా చూసి యువాన్‌కు ఉద్యోగం అడగటానికి బయలుదేరాడు. అయితే అక్కడికి వెళ్ళాక ఆ అధికారికి చాలా కాలం కిందటే షెంగాయ్‌కి బదిలీ అయిన విషయం తెలిసి నిరాశపడ్డాడు.

యువాన్‌కు తండ్రి పని నచ్చలేదు. ఆయన మీద కేకలు వేశాడు. తండ్రి అజ్ఞానం పట్ల సిగ్గుపడ్డాడు. ఉక్రోషపడ్డాడు.

"నాకు ఈ రోజు వరకు ఎందుకు మంచి ఉద్యోగం దొరకలేదో తెలుసా? నీవే అందుకు కారకుడివి. అవును నీవే. నా తండ్రిగా అందరికీ తెలిసిన ముసలివాడివి, మూర్ఖుడివి..." అంటూ మాటమాటకూ తండ్రిని ఎత్తిపొడుస్తూ గంటలకొద్దీ తండ్రి మీద నోరు పారేసుకున్నాడు. "చూడటానికి చాలా చురుకైన అధికారుల్లా కనిపిస్తారు. అయితే అలాంటి వాళ్ళంతా మూర్ఖులే. అలాంటివారిని కలవటం వల్ల ఏమీ లాభం లేదు. నీకు బుద్ధి లేదు నాన్నా ..." అంటు కోప్పడ్డాడు.

తన ఉద్యోగం గురించి తండ్రి మధనపడుతున్నాడని యువాన్‌కు తెలుసు. అంతే కాకుండా తమ శక్తికి మించి తనకొక మంచి ఉద్యోగం ఇప్పించాలని రాత్రీపగలూ తిరుగుతున్నాడనీ యువాన్‌కు తెలుసు. కొడుకు ఎంత తిట్టినా యువాన్ తండ్రి పట్టించుకోలేదు. కొడుకు ఉద్యోగం కోసం తిరగసాగాడు.

ఒక రోజు ఆయన చాలా సంతోషంతో ఇంటికి తిరిగొచ్చాడు. సంతోషంతో ఆయనకు పిచ్చి పడుతుందేమోనని ఇంటివారు భయపడ్డారు. అయితే అలాంటిదేమీ జరగలేదు. గర్వంగా కొడుకు వైపు చూస్తూ "యువాన్ ! చివరికి నీకు ఓ మంచి ఉద్యోగం వెదికాను. అదెలాంటిదో తెలుసా? ప్రభుత్వ ఉద్యోగం !" అన్నాడు.

యువాన్ ఆనందంతో చిరునవ్వు నవ్వాడు. అయితే తండ్రి తన కోసం వెదికిన ఉద్యోగం ఎలాంటిదో తెలిశాక అతడి ఆనందం ఆవిరి అయింది. కలలో కూడా ఊహించని ఉద్యోగం అతనికి దొరికింది. కోపంతో అతను ముఖం తిప్పుకున్నాడు. పాపం అతని తండ్రి ముఖం వాడిపోయింది.

***

నిజానికి జరిగిందేమిటంటే –

కొంత కాలం క్రితం ప్రభుత్వ యూనిఫాం ధరించిన ఓ కస్టమర్ యువాన్ తండ్రి దుకాణానికి వచ్చాడు. అతడిని ఆపాదమస్తకం పరిశీలనగా చూసిన ఆయన "మీరు ఎక్కడ పని చేస్తున్నారు" అని అడిగాడు.

"రైల్వేలో" అని చురుగ్గా సమాధానం ఇచ్చిన ఆ వ్యక్తి మరో మాట మాట్లాడటానికి అవకాశం ఇవ్వకుండా షాపులోని సైకిళ్ళను పరీక్షగా చూడసాగాడు. ఆ వ్యక్తి సైకిలును ఎంపిక చేసుకునేలోపే యువాన్ తండ్రి తన కొడుకు గురించి, అతడి ప్రతిభ గురించి చెప్పాడు. తన కుమారుడికి ఏదో ఒక ప్రభుత్వ నౌకరిలో చేరి ప్రజాసేవ చేయాలనే కోరిక బలంగా ఉందని చెబుతూ సైకిల్ యోగ్యతను వివరించాడు.

వచ్చిన కస్టమర్‌కి సైకిల్ నచ్చింది. దాని ఖరీదు అడిగిన పిమ్మట బేరం ఆడసాగాడు. అప్పుడు యువాన్ తండ్రి "సార్ !మీరు మరోలా భావించకపోతే నేనొక విషయం మనవి చేసుకుంటాను" అన్నాడు.

"చెప్పు."

"మీరు నా కుమారుడికి రైల్వేలో ఓ మంచి ఉద్యోగం ఇప్పించినట్లయితే; ఆ సైకిల్‌ను మీకు బహుమతిగా ఇచ్చేస్తాను" అన్నాడు.

దాని ఫలితంగానే యువాన్‌కు రైల్వేలో నౌకరి దొరికింది.

యువాన్‌తండ్రి కొడుకుకు నచ్చజెబుతూ, "అలా నిరాశపడకు నాన్నా! పని లేకుండా ఉండటం కంటే ఏదో ఒక పని చేయడం మంచిది కదా. నీవు పనిలో చేరు. అనుభవం వస్తుంది. నెమ్మదిగా ప్రమోషన్ వస్తుంది. నిజంగానే ఏదో ఒక రోజు నీవు పెద్ద ఆఫీసర్ అవుతావు. నీవు ఇచ్చిన యూనిఫాం చూశావా? అబ్బా! ఎంత బాగుందో, మెరుస్తున్న నీలిరంగు దుస్తులు ... అక్కడక్కడ తళతళలాడే నక్షత్రాలు... ఆ టోపి... బహుశా దాన్ని యూరోప్‌లోనే తయారు చేసి ఉండాలి. దాన్ని వేసుకుంటే నీవు ఎంత దర్జాగా కనిపిస్తావో తెలుసా?" అన్నాడు.

యువాన్ నెమ్మదిగా తండ్రి మాటకు తలొగ్గాడు.

***

యువాన్ జీవితంలో కొత్త అధ్యాయం మొదలైంది.

మూడు, నాలుగు తరగతుల బోగిల్లో ప్రయాణించే పల్లెజనాన్ని నియంత్రించే బాధ్యత అతడి భుజాల మీద పడింది. ప్రశాంతమైన, శుభ్రమైన గదిలో కూర్చుని ఆంగ్ల సాహిత్య అధ్యయనం చేయటానికి బదులుగా నిరక్షరకుక్షులైన, అనాగరికులైన పల్లెజనాన్ని నియంత్రించటానికి రైల్వేగేటు దగ్గర నిలబడే ఉద్యోగం అతడికి దొరికింది.

ఆ స్టేషన్ నుండి బయలుదేరే బండిలో ప్రయాణించేవారందరూ బహుశా చదువులేనివారు, అమాయకులు. ఒక విధంగా చెప్పాలంటే పల్లెటూరి బైతులు. రైలు బయలుదేరటానికి కొద్దిసేపటి ముందే గేటు తెరిచేవారు. ఆ కారణంగా రైలు ముందే వచ్చి స్టేషన్‌లో ఆగివున్నా అందులో కూర్చునే అవకాశం ఉండేది కాదు.

ప్రయాణికులు గుంపులు గుంపులుగా స్టేషన్ ముందు నేల మీదే కూర్చునేవారు. గేటు తీస్తుండగా మూకుమ్మడిగా లోపలికి దూసుకు వచ్చేవాళ్ళు. టికెట్టు కోసం గొర్రెల్లా, మేకల్లా తోసుకునేవారు. అందరికన్నా ముందే టికెట్టు తీసుకుని రైలు ఎక్కాలనే తొందరలో కుమ్ములాడుకునేవారు. ఒకరినొకరు తిట్టుకునేవారు.

అప్పుడు యువాన్ కంఠం గర్జించేది. మిన్నువిరిగి మీదపడేలా అతను గట్టిగా అరిచి అరిచి ప్రశ్నలు అడిగేవాడు.

"నీ దగ్గర టికెట్టు ఉందా?... ఎక్కడికి వెళ్ళాలి? ...నీ బండిలోనే ఎక్కు, లేదా ఎక్కడికో వెళ్ళిపోతావు"

అతడి దినచర్య ప్రతీరోజూ ఇలాగే ఉండేది. అయితే రోజులు గడుస్తున్నట్టల్లా యువాన్‌కి తన ఉద్యోగం పట్ల విసుగొచ్చింది. అసహ్యం వేసింది. రోత పుట్టింది. ద్వేషం పెరుగుతూపోయింది. అక్కడికి వచ్చే పల్లెజనం పట్ల అతడి దృష్టిమారింది. వారిని అసహ్యంతోనూ, కోపంతోనూ, ఈర్ష్యతోనూ చూడసాగాడు. ఈ అనాగరికులకు, చదువురాని మూర్ఖులకు, మొరటు మనుషులకు రైల్వేశాఖ నియమాలు ఎలా తెలియజేయాలా అని తలపట్టుకున్నాడు.

చివరికి అతనికి ఒక ఉపాయం తోచింది. అందమైన పెద్ద పెద్ద అక్షరాలతో రైల్వేశాఖ నియమాలను రాసి అక్కడక్కడ గోడల మీద వేలాడేశాడు. కాని పల్లెప్రజలు అసలే చదువులేని వారు. దాంతో, "ఇదేమిటి సార్, ఇందులో ఏముంది?" అని అతడ్ని అడిగేవారు. దాన్ని అతను చదివి వివరించి చెప్పేలా చేసేవారు. ఒకసారి ఓ యువకుడు "మా నాన్న చాలా బీదవాడు. నన్ను బడికి పంపలేదు. నాకు చదవటానికి రాదు" అని అన్నప్పుడు యువాన్ విచారంలో మునిగిపోయాడు.

రోజులు, వారాలు, నెలలు, సంవత్సరాలు గడిచాయి. అన్నీ మారాయి. కానీ పల్లె ప్రజల్లో మార్పు రాలేదు. వాళ్ళకి మార్పు అవసరం లేదు. వాళ్ళు మారలేదు. కొత్త ముఖాలు రాలేదు. అన్ని పాత ముఖాలే. అవే కళ్లు, అవే దుస్తులు. అదే మాటల ధోరణి. అదే మూర్ఖత్వం.

ప్రతిరోజూ అవే మాటలు చెప్పి, అవే ప్రశ్నలు అడిగి అడిగి యువాన్‌కు

విసుగొచ్చింది. తన చదువుపట్ల, ఆంగ్లబాషా పాండిత్యంపట్ల అసహ్యం వేసింది. అయితే దేశానికి కానీ, సమాజానికి కానీ అతడి పట్ల ఎలాంటి కుతూహలం లేదు. ఓ ప్రతిభ వోడి, వాడిపోవటం పట్ల కలవరం లేదు. ప్రతీరోజూ అతను గుంపులో తిరుగుతాడు. ఢీకొంటాడు. కనుమరుగవుతాడు.

"నేను ఓడిపోతున్నాను. నేను కేవలం కేకలు వేసే, గర్జించే ఒక యంత్రంలా మారుతున్నాను" అని అతను అనుకోసాగాడు.

ఆ ఆలోచన అతడికి బాధ కలిగించింది. మనిషి లోలోపల కుమిలి పోసాగాడు. అతనిలో అసహనం పెరిగిపోసాగింది. అందరితో చిటపటలాడసాగాడు. గేటు దగ్గర గుంపును చూడగానే అతనిలో కోపం పడగెత్తేది. బుసలుకొడుతూ తిట్టడం ప్రారంభించేవాడు. కాండ్రించి ఉమ్మేవాడు. తిట్ల వర్షం కురిపించేవాడు.

***

ఒకసారి అతను స్టేషన్ బయటికి వచ్చినపుడు ఒక్కడూ కనిపించేదు. రోజూ ఆ సమయానికి అక్కడ ఓ పెద్దగుంపు ఉండేది. దూరం నుంచే వారి మాటల సద్దు వినిపించేది. అతడికి చాలా ఆశ్చర్యం వేసింది. రైలుబండి బయలుదేరాల్సిన సమయం అయింది. అయితే ఒక్క ప్రయాణికుడూ లేడు. 'ఈ వేళ విశేషమేమిటి?' అని అతను అనుకుంటూ గేటుకు వొరిగి నుంచున్నాడు.

దూరంలో ఓ ముసలిరైతు రావటం కనిపించింది. చెప్పులు లేని కాళ్లు. పగుళ్ళుబారిన పాదాలు. దుమ్ముకొట్టుకుపోయిన కాళ్ళు. రంగు రంగుల గుడ్డముక్కలతో అతుకులు వేసిన కొటు అసహ్యం కలిగించేలా ఉంది.

రైలు బండి ఎప్పుడు వెళ్ళిపోతుందో అనే కంగారుతో ఆతను పెద్ద పెద్ద అంగలు వేస్తూ పరుగెత్తుకొస్తున్నాడు. గేటు దగ్గరికి వచ్చి గేటును తోయటానికి ప్రయత్నించాడు. అయితే గేటు తెరుచుకోలేదు. ఎందుకంటే యువాన్ దానికి వొరిగి నుంచుని ఉన్నాడు.

ముసలి రైతు యువాన్ వైపు భయంగా చూశాడు. యువాన్ అతడ్ని కాల్చేసేలా చూశాడు. అతడి ముఖంలో వేలాది ప్రయాణికులను చూశాడు. అందరి ముఖాల్లోనూ ఇదే విధమైన భయంతో కూడుకున్న కళ్ళు. అందరి భుజాల మీద ఇలాంటి అతుకుల కోట్లు. ఇదే విధమైన దుమ్ముకొట్టుకుపోయిన పగిలిన పాదాలు. చెప్పులు లేని కాళ్ళు.

వేలాది కళ్ళూ, కోట్లూ, ఒట్టి పాదాలు అతడ్ని వెక్కిరించినట్టు, ఏడ్పిస్తున్నట్టు, ఎగతాళి చేస్తూ నవ్వుకుంటున్నట్టు యువాన్ అనిపించింది.

ఎంత కొవ్వు, ఎంత పొగరు, ఎంత దురహంకారం ...

ఈ ఆలోచనలతో అతను తనను తాను మరిచాడు.

కోపంతో పిచ్చివాడయ్యాడు.

అతనిలో కోపం నురుగులా పొంగింది.

పళ్ళు కొరికాడు. ముసలివాడి మీదికి పోయాడు.

అడవి మృగంలా ముసలివాడి మీద పడి చావబాదసాగాడు.

రైల్వే కూలీలు ఈ సంఘటన చూసి పరిగెత్తుకొచ్చారు. ముసలివాడిని యువాన్ నుంచి విడిపించటానికి పెనుగులాడారు. అయితే యువాన్ ముసలివాడ్ని వొదల్లేదు. పల్లెప్రజలపట్ల అనేక సంవత్సరాలుగా అతడి గుండెలో పేరుకుపోయిన ఆక్రోశమంతా కక్కసాగాడు. యువాన్ ముసలి రైతును కొడుతూ, అతడిపై ఉమ్మేస్తూ, అతడ్ని పట్టుకుని లాగుతూ అతడి ఒళ్ళు హూనం చేశాడు.

ఆలాంటి సమయంలో అతనికి తాను నేర్చిన ఆంగ్లభాష ఉపయోగపడింది. కొద్దిసేపటి తరువాత అతడికి 'ఛీ' ఎలాంటి పనికి తను ఆంగ్లభాషను ఉపయోగించాల్సి వచ్చింది కదా' అని పశ్చాత్తాపం కలిగింది.

అంతలో ఓ కంఠం వినిపించింది–

"అదిగో అక్కడ చూడు, ఆ పనికిమాలినవాడు ఆ ముసలివాడిని ఎంత నిర్దయగా కొడుతున్నాడో ..."

యువాన్ హఠాత్తుగా స్థబ్దుడై ముసలివాడిని వొదిలి మాటలు వినిపించిన వైపు చూశాడు. కొంచెం దూరంలో నుంచోనున్న ఓ యూరోపియన్ మహిళ జరిగిన సంఘటన పట్ల విచారం వ్యక్తం చేస్తోంది. యువాన్ ఆమెనే చూస్తున్నాడు. ముసలిరైతు వెంటనే అక్కడి నుంచి పారిపోయాడు. ఓ ఇరవై మీటర్ల దూరం పారిపోయి ఆగాడు. యువాన్ తనను ఎందుకు కొట్టాడో; తన తప్పు ఏమిటో రైతుకు అర్థం కాలేదు.

యువాన్‌కు తన గొంతులో ఏదో అడ్డుపడ్డట్టు అనిపించింది.

అతణ్ణి ఆవరించిన కోపం ఒక్కసారిగా దిగిపోయింది.

అతడికి ఏడ్పు వచ్చింది.

కొద్దిసేపు గుండెలోని బాధను తోడుకుంటున్నట్టు గుండెలవిసేలా ఏడ్చాడు.

వాతావరణం చల్లబడ్డట్టు అనిపించి ముసలిరైతు నెమ్మదిగా యువాన్ దగ్గరికి వచ్చాడు.

యువాన్ చేత్తో కళ్ళు తుడుచుకున్నాడు.

భారంగా నిట్టూర్పు విడిచాడు.

నిటారుగా నుంచున్నాడు.

కొద్ది క్షణాల తరువాత ఏదో గుర్తుకు వచ్చినట్టు అరవసాగాడు–

"ఎక్కడికి వెళ్ళాలి? ... నీ దగ్గర టికెట్టు ఉందా? ... "ఇంకా చాలా సమయం ఉంది...ఏయ్, ఇది నీవు ఎక్క వలసిన రైలు కాదు..."

*****

(సాక్షి ఫన్డే-ఆదివారం 02-09-2011)

✺

స్వీడిష్ కథ : సెల్మా లాగర్ ల్యూ

గ్రహణం

అక్కడ ఉన్న ఆడవాళ్ళంటే మట్టిగుట్టల స్టీనా, పిచ్చుక పాటల లీనా, మోటబావి కాయ్సా, కొండమీది మాయా, ముసలి సైనికుడి ఇంట్లో ఉన్న కొత్త భార్య ఎలిన్, కమేరి వీధి బీడా అంతేకాకుండా ఇద్దరు ముగ్గురు రైతుల భార్యలు. వాళ్ళంతా ఊరి చివరన స్టోరోజన్ కొండ లోయల్లో నివసిస్తున్నవారు. ఆ స్థలం ఎంతగా రాళ్ళురప్పలతో, ముళ్ళ పొదలతో కూడివుందంటే వ్యవసాయదారులు ఎవరూ దాన్ని స్వాధీనం చేసుకుని సాగుచేసుకోవాలని అనుకోలేదు.

ఒక స్త్రీ ఇల్లు బండల మధ్యభాగంలో ఉంది. మరొక ఆమె ఇల్లు బురదగుంట ఒడ్డున ఉంది. మూడవ ఆమె ఇల్లు కొండ అంచున ఉండి అక్కడికి ఎక్కాలంటే ఆయాసంతో ఎగశ్వాస పీల్చాసి వచ్చేది. మిగిలివారి ఇండ్లు కొంచెం సమతలమైన నేలపై ఉన్నా అవి కొండకు ఎంత దగ్గరగా ఉన్నాయంటే అక్కడ శరత్కాలం (సెప్టెంబర్) నుంచి అనన్సియేషన్ పండుగ (మార్చి) వరకు సూర్యోదయమే కనిపించేది కాదు.

వారందరూ తమతమ ఇంటి సమీపంలోని కొద్దిపాటి భూమిని దున్ని అతి కష్టం మీద బంగాళ దుంపలను పండించేవారు. ఆ కొండ లోయల్లో రకరకాల మట్టితో కూడిన నేలలుండేవి. అయితే అందులో దేన్ని పండించాలన్నా చాలా కష్టం. కొన్ని స్థలాలను వాళ్ళు పొలంలా మార్చుకోవాలంటే అనేక రాళ్ళను నేలనుంచి తవ్వి పెకించి దూరంగా తరలించాల్సి వచ్చేది. ఆ రాళ్ళతోటే ఇళ్ళ వరుసలను కట్టివుండొచ్చు. అయితే వారు ఆ ప్రయత్నం చేసినట్టు లేదు. కొన్ని చోట్ల మాత్రం వారు సమాధులు తవ్వినట్టు తవ్వి వ్యవసాయ స్థలాన్ని రూపొంచుకున్నారు. ఇంకా కొన్ని చోట్లా గోనెసంచుల్లో మట్టి తెచ్చి బండపరుపుల మీద పరిచారు. మట్టి అంతగా సారవంతం కాకపోయినప్పటికీ ముళ్ళ పొదలు, చిన్న చిన్న మొక్కలు గుబురుగా పెరిగి బంగాళ దుంప పంటను తమ కోసమే పెంచారేమో అనేలా వాటి చుట్టూ పరుచుకున్నాయి.

పగలంతా ఆడవాళ్ళు తమ గుడిసెలలో ఒంటరిగా ఉండేవారు. వారిలో కొందరికి భర్త, పిల్లలు ఉన్నారు ; పగలు భర్తలు లేచి పనులకు వెళ్ళేవారు. పిల్లలు బడికి వెళ్ళేవారు. కాస్త వయసు మీదపడిన ఆడవాళ్ళకు పెరిగిన ఆడపిల్లలు, మగపిల్లలు ఉన్నా వారు బ్రతుకుతెరువు కోసం అమెరికాకు వెళ్ళిపోయారు. మరికొందరు ఆడవాళ్ళకు చిన్నపిల్లలున్నా వాళ్ళను స్నేహితులుగా పరిగణించటానికి సాధ్యపడదు.

అలా ఏకాంతంగా ఉండటం వల్ల ఆ ఆడవాళ్ళు అప్పుడప్పుడు ఒకచోట చేరి కాఫీ తాగటం నిజంగానే అవసరమయ్యేది. వాళ్ళవాళ్ళకు చాలా ఇష్టమైనప్పుడు, వారందరికి చాలా అనుకూలమైనప్పుడని కాదు; అయితే అప్పుడప్పుడు ఒక్కసారైనా ఇరుగుపొరుగు వారిని కలిసి వారి జీవితం ఎలా సాగుతూవుందో తెలుసుకోవాలనే ఆశ. అదే విధంగా జనాన్ని కలుసుకోకపోతే కొందరు కొండ నీడన విషాదంతో కూర్చునేవారు. ఇంకొందరికి అమెరికా నుంచి వచ్చిన ఉత్తరాల గురించి మాట్లాడి హృదయాన్ని తేలిక పరుచుకునే అవసరం ఉండేది. మరికొందరు సహజంగానే హాస్య ప్రవృత్తి కలిగినవారూ, కబుర్లు చెప్పుకునే వారూ. తమ దైవదత్తమైన ప్రతిభను ఉపయోగించుకునే అవకాశం కోసం వాళ్ళు ఉబలాటపడేవారు.

నిజానికి ఒక చిన్న పార్టీ పెట్టుకోవడం పెద్ద సమస్యేమీ కాదు. కాఫీ గిన్నెలు, గ్లాసులు అందరి ఇళ్ళలోనూ ఉన్నాయి. ఇంట్లో పాలిచ్చే పశువులు లేనివారు దుకాణం నుంచి కొంచెం పాలు తెస్తే చాలు. డైరీ డ్రైవర్‌కు చెబితే పట్టణంలోని బేకరి నుంచి బిస్కెట్లు, కేకులు మొదలైనవి తెచ్చిపెడతాడు. కాఫీపొడి, చక్కెరలను ఇంటింటికి వచ్చి అమ్మే వ్యాపారుల నుంచి కొంటే సరిపోతుంది. ఆ కారణంగా కాఫీ పార్టీ ఇవ్వటం అత్యంత సులభమైన విషయం. అయితే ఉన్న కష్టమంతా పార్టీ ఇవ్వడానికి సరియైన కారణాన్ని వెదకడంలోనే.

ఎందుకంటే మట్టిగుట్టల స్టీనా, పిచ్చుక పాటల లీనా, మోటబావి కాయ్సా, కొండ మీది మాయా, కమేరి వీధి బీడా, ముసలి సైనికుడి భార్య ఎలిన్ వీళ్ళందరూ వారం మధ్యన పార్టీ చేసుకోవడం తమలాంటి వారికి సాధ్యం కాదు అని నిర్ణయించుకున్నారు. అలాంటి అమూల్యమైన సమయాన్ని వ్యర్థంగా గడిపితే తమకు చెడ్డ పేరు వస్తుందని అనుకునేవారు. అలాగని ఆదివారమో, పండుగ రోజునో పార్టీ పెట్టుకునే పరిస్థితి లేదు. కారణం ఆ రోజుల్లో అందరి ఇళ్లల్లో మగవారు, పిల్లలు ఇంటిపట్టునే ఉంటారు. మిగిలివాళ్ళలో కొందరు చర్చికి వెళతారు. మరికొందరు బంధువుల ఇళ్లకు వెళతారు.

మిగిలివారు ఇంట్లోనే ఉండి హాయిగా, ప్రశాంతంగా సెలవు రోజును గడపటానికి ఇష్టపడతారు.

ఆ కారణంగా వారంతా ఏదో ఒక అవకాశం కోసం ఎదురుచూసేవారు. చాలామంది తమ పుట్టిన రోజున పార్టీ ఇచ్చేవారు. కొందరు తమ బిడ్డలకు పాల పన్ను రాలినపుడో, కొత్తపన్ను వచ్చినప్పుడో, తప్పటడుగులు వేసినపుడో, ఆ బిడ్డ నడవడం మొదలు పెట్టినప్పుడో పార్టీ ఇచ్చేవారు. అమెరికా నుంచి మనీ ఆర్డర్ వచ్చేవారికైతే పార్టీ ఇవ్వడానికి అదే ఒక కారణమయ్యేది. ఎవరి ఇంటి రజాయికైనా అతకు వేయటమూ, మగ్గం నుంచి నేత నేయటం మొదలైన నెపాలూ సరిపోయేవి.

ఇంతైనా వారు ఒకచోట చేరటానికి తగిన అవకాశాలు దొరికేవి కావనే చెప్పాలి.

ఒక సంవత్సరం బీడాకు ఏ కారణం దొరకక తల చెడిపోయింది. కాఫీ పార్టీ ఇవ్వాల్సిన వంతు ఆమెది. ఇవ్వడానికి ఆమెకూ అభ్యంతరం లేదు. అయితే ఆమెకు ఏ సందర్భమూ గుర్తు రాలేదు. కొందరు తమ పేరుగల వారం రోజున పార్టీ ఇవ్వడం ఆమెకు తెలుసు. అయితే ఆమె పేరైన బీడా అనేది ఏ వారం పేరుకూ సంబంధం లేని కారణంగా పార్టీ ఇవ్వడానికి సాధ్యం కాలేదు. తన పుట్టింటివారి తరఫున పార్టీ ఇద్దామని అనుకుంటే వాళ్ళంతా చచ్చి సమాధుల్లో ఉన్నారు. ఆమె అత్యంత జాగ్రతాపరురాలు కావటంతో ఆమె ఉపయోగిస్తున్న రజాయి ఆమె జీవిత కాలంలో చిరిగిపోయే పరిస్థితి లేదు. ఆమె దగ్గర ఒక పిల్లి ఉండేది. ఆ పిల్లంటే ఆమెకు చాలా ఇష్టం. నిజం చెప్పాలంటే ఆది ఆమెలాగే చక్కగా కాఫీ తాగేది. అయితే పిల్లి పేరిట పార్టీ ఇవ్వడం ఆమెకు సమంజసంగా తోచలేదు.

పార్టీ ఎలా ఇవ్వాలా అని ఆలోచనలో పడి ఆమె క్యాలెండర్‌ను (పంచాంగాన్ని) మళ్ళీ మళ్ళీ తిరగవేసింది. తన సమస్యకు అక్కడొక పరిష్కారం దొరుకుతుందని ఆమెకు అనిపించింది.

ఆమె పంచాంగంలోని 'ద్వాదశ రాశులు మరియు సంవత్సర భవిష్యత్తు' మొదలైన విషయాల గురించి చదువుతూ పోయింది. "1912వ సంవత్సరంలో "వస్తువుల ధరలు, మరియు రవాణా ధరలు" వరకూ వచ్చినా ఆమెకు కావలసింది దొరకలేదు. ఆమె ఏడవసారి పంచాంగాన్ని చదువుతుండగా ఆమె దృష్టి 'గ్రహణములు' అనే అంశం మీద ఆగింది. ఆ సంవత్సరం అంటే పంతొమ్మిది వందల పన్నెండు(1912) ఏప్రిల్ మాసం పదిహేడున ఒక సూర్యగ్రహణం రాబోతోందని అందులో రాసి ఉంది. అది మధ్యాహ్నం 12.20కి ప్రారంభమై 2.40కి ముగుస్తున్నట్టు రాసివుంది. దీన్ని ఆమె అంతకు ముందు

అనేకసార్లు చదివింది. అయితే అప్పట్లో ఆమెకు అందులో విశేషమేమీ కనిపించలేదు. అయితే ఇప్పుడు ఆమెకు ఏదో స్ఫురించింది. ఆమె మనసులో తళుక్కున ఓ ఆలోచన మెరుపులా మెరిసింది.

"అమ్మయ్య దొరికింది!" అంటూ సంతోషంతో గట్టిగా అరిచింది.

అది కేవలం ఒకటి రెండు క్షణాలు మాత్రమే. హఠాత్తుగా ఆమెకు తన ఆలోచన విని మిగతావారు నవ్వుతారేమోనని అనిపించి ఆ ఆలోచనను వొదులుకుంది.

అయినా తరువాతి రోజుల్లోనూ ఆమెకు పంచాంగం చూస్తున్నప్పుడల్లా అదే ఆలోచన మళ్ళీ మళ్ళీ వచ్చేది. చివరికి ఆ ఆలోచననే కార్య రూపంలోకి తెస్తే ఏమవుతుందో చూద్దాం అనిపించసాగింది. ఎందుకంటే సూర్యకళను (స్వీడిష్ సంస్కృతిలో సూర్యుడ్ని స్త్రీగా పరిగణిస్తారు. ఆ కారణంగా ఈ కథలో అవసరార్థం 'సూర్యకళ'గా వాడటం జరిగింది) మించిన స్నేహితురాలు ఆమెకు లోకంలో ఎవరున్నారు? ఆమె గుడిసెమీద చలికాలంలో ఒక్క సూర్యకిరణమూ పడేది కాదు. వసంత కాలంలో తన గుడిసెకు సూర్యకళ వచ్చే రోజుకోసం ఆమె ఎప్పుడూ లెక్కలు వేస్తూ ఎదురుచూసేది. ఆమె ఎవరినైనా చూడాలని ఆశపడుతూ ఉందంటే అది సూర్యకళను మాత్రమే. తన పట్ల కరుణ, స్నేహభావమూ ఉన్న ఏకైక వ్యక్తి సూర్యకళనే అని గాఢంగా విశ్వసించేది. సూర్యకళను ఎంత చూసినా బీడాకు సంతృప్తి కలిగేది కాదు.

బీడాకు తనను పూర్తిగా కమ్ముకున్న వృద్ధాప్యం గురించి తెలుసు. అంతే కాదు ఆ వృద్ధాప్యపు అనుభవమూ ఆమెకు కలుగుతోంది. చలి చేస్తున్నట్టుగా ఎప్పుడూ ఆమె చేతి వేళ్ళు వొణుకుతూ కొంకర్లుపోయేవి. ఆమె తనను తానే అద్దంలో చూసుకున్నప్పుడు ఎలా కనిపించేదంటే తనను ఎవరైనా ఉతికి బ్లీచ్ చేసి ఆరవేశారేమో అనిపించేది. శుభ్రంగా వెచ్చగా కురిసే ఎండలో నుంచున్నప్పుడు మాత్రం ఆమెకు తాను నడుస్తున్న శవం కాదు, ప్రాణమున్న మనిషి అనిపించేది.

ఆమె ఆలోచిస్తున్నట్టల్లా తన స్నేహితురాలు సూర్యకళ చీకటికి విరుద్ధంగా యుద్ధం చేసి అద్భుతమైన విజయాన్ని సాధించి కొంగ్రొత్త కళలతో వైభవంగా ఉదయించే రోజుకన్నా మంచి రోజు; పండుగలా జరుపుకోడానికి లేదా పార్టీ చేసుకోవటానికి ఏదీ ఉండదని భావించింది.

ఏప్రిల్ పదిహేడవ తారీఖు దూరంలో లేదు.

పార్టీకి అన్నీ సమకూర్చుకోవడానికి కావసినంత వ్యవధి ఉంది.

గ్రహణం రోజు రానే వచ్చింది.

ఆ రోజు స్టీనా, లీనా, కాయ్సా, మాయా, ఎలిన్ మరొకొందరు ఆడవాళ్ళు కమేరి వీధిలో బీడాతోపాటు కాఫీ తాగుతూ కూర్చుని ఉన్నారు. వాళ్ళు రెండవ గ్లాసు, మూడవ గ్లాసు కాఫీ తాగుతూ అన్ని విషయాల గురించి మాట్లాడుకోసాగారు. అయితే బీడా ఏ సందర్భంగా పార్టీ ఇస్తోందో వారికి అర్థం కాలేదు. అడిగినా ఆమె మాట మార్చేది.

వాళ్ళు అలా కబుర్లు చెప్పుకుంటున్నప్పుడు గ్రహణం పట్టి ఉంది. అయితే వాళ్ళు ఆ విషయాన్ని గమనించలేదు. ఆకాశం మసకబారి, ప్రకృతి మొత్తం రాయిలా తెల్లమొహం వేసి, ప్రళయకాలపు భేరీనాదంతో అంతిమ తీర్మానపు రోజు గోడులా ఆర్తనాదం చేసే గాలి సద్దును విన్నప్పుడు మాత్రం వాళ్ళు ఒక్క క్షణం భయభ్రాంతులయ్యారు.

గ్రహణం విడిచాక సూర్యకళ నింగిలో సంతోషంతో గర్వంగా మెరుస్తూ ప్రత్యక్షమైనపుడు వాళ్ళకు సంవత్సరం మొత్తంలో ఏ రోజూ సూర్యకళ ఇంతగా వెలుతురు వెదజల్లలేదని అనిపించింది. బీడా కిటికీ దగ్గర చేతులు జోడించి నుంచుని ఉండటం వాళ్ళు చూశారు. కింద కొండలోయల్లో పడిన సూర్యరశ్మి వైపు చూస్తూ ఆమె తన బొంగురు గొంతుతో పాడుతూ ఉంది.

"నా దైవమా నీకు శతాధిక నమస్కారాలు
సూర్యకళ మళ్ళీ నింగిలో పైకెగసి
నా మనస్సుకు ధైర్యము మోదము కలిగించి
ఖేదము దూరంచేసి సంతసపు పాట పాడి"

కృశించి ముడుతలుదేరిన ముదుసలి బీడా కిటికీ వెలుతురులో నుంచుని ఉంది. ఆమె పాడుతుండగా సూర్య కిరణాలు ఆమె చుట్టూ నృత్యం చేస్తూ ఆమెకు చైతన్యాన్ని, శక్తిని, రంగును ఇవ్వాలనుకుంటున్నట్టుగా కనిపిస్తున్నాయి. ఆమె తాను పాడుతున్న పాత సాంప్రదాయపు గీతాన్ని ముగించిన తరువాత తన అతిథుల వైపు క్షమాపణ కోరుతున్నట్టు చూసింది.

"చూడండి, నాకు సూర్యకళను మించిన మంచి స్నేహితురాలు ఎవరూ లేరు. ఆమె గ్రహణపు రోజున ఆమెకొక పార్టీ ఇవ్వాలని ఆశించాను. ఆమె చీకటినుంచి బయటికి వచ్చాక మనమంతా కలిసి ఆమెను అభినందించాలని అనుకున్నాను"

ఇప్పుడు వాళ్ళకి బీడా చెబుతున్నది అర్థమైంది.

వాళ్ళంతా సూర్యకళ గురించి మంచి మాటలు మాట్లాడుకోసాగారు ...

"ఆమె బీదవాళ్ళ పట్ల, ధనవంతుపట్ల ఒకే విధమైన కృపాకటాక్ష వీక్షణాన్ని ప్రసరింపజేసే వ్యక్తి. ఆమె చలికాలపు రోజులలో గుడిసెలోకి తొంగి చూసిందంటే

చలిమంటల వేడిలా సుఖంగా ఉంటుంది. ఆమె నవ్వుముఖాన్ని చూస్తే జీవితంలోని ఎలాంటి కష్టాలైనా మరిచిపోయి జీవించటంలో సుఖముందని అనిపిస్తుంది. జీవించాలనే ఇచ్ఛ కలుగుతుంది"

పార్టీ ముగిసిన తరువాత ఆ స్త్రీలు తమ తమ ఇండ్లకు సంతృప్తితోనూ, సంతోషంతోనూ వెనుదిరిగారు. సూర్యకళ తమకందరికి ఒక మంచి స్నేహితురాలనే ఆలోచనతో వారందరికీ ఏదో ఒక సుఖం, భద్రతాభావం కలిగి తమ జీవితం ధన్యమైందని అనిపించింది.

***

(వార్త, ఆదివారం అనుబంధం , 30-12-2012)

❃

ఉక్రేయిన్ కథ : వ్యాలెంటినా దొరొశెంకో

ప్రేమ కోసం ...

మేము 'మీలా'కు పెట్టిన అడ్డపేరు 'మినీ'.

పొడువులో మా కంటె ఒకటిన్నర అడుగు ఎక్కువుండేది. లావులో మాకు రెండు రెట్లు ఉండేది. అందుకే దాన్ని మేమంతా డుమ్మీ అని ముద్దుగా పిలుచుకునేవాళ్ళం. చాలా మంది ఆమెను లావాటి అబ్బాయిగా అనుకునేవారు. తనను అందరూ ఇష్టపడుతుండటం వల్లే అలా వెక్కిరిస్తున్నరని ఆమె అనుకునేది. అయితే మా గ్రూప్ ఆమె పట్ల జాలి చూపిస్తోంది తప్ప ప్రేమను కాదని ఆమెకు తెలియదు.

అయితే మినీ ఏదీ పట్టించుకునేది కాదు. తన వయస్సు గురించి కానీ, ఉద్యోగం గురించి కానీ చింత ఉండేది కాదు. పాఠాల మధ్యలోనే క్లాసు వొదిలి వెళ్ళిపోయే విషయంలో ఎలాంటి సంకోచం ఉండేది కాదు.

ఆమె ఎప్పుడూ నవ్వుతూ ఉండేది. అల్ప సంతోషి. తన పట్ల అంతే. లోకం పట్ల అంతే. ఇప్పటి దాకా ఆమె ప్రేమ వ్యూహంలో చిక్కుకోలేదు. అయితే అందిరికన్నా అందమైన యువకుడ్ని మెకానికల్ ఫ్యాకల్టి నుంచి ఎంచుకుంది.

మేమంతా ఆర్థికశాస్త్ర విద్యార్థులం. మా గ్రూప్‌లో అమ్మాయిలే ఎక్కువ. మా ఫ్యాకల్టిలో ఉన్న ఏకైక కుర్రాడు దీమాచ కొరొచకిన్. మేము పట్టించుకునేవాళ్ళం కాదు. అతడో ముద్దపప్పు. క్లాసులో ఎప్పుడూ నిద్రపోయేవాడు.

***

మినీ ఒకర్ని ప్రేమించసాగింది.

అతడి పేరు రోమన్ పొల్యాకోవ్. మెకానికల్ ఫ్యాకల్టీకి చెందినవాడు. ప్రసిద్ధ ఆటగాడు. అతడికి మూడే మూడు కోరికలు ఉండేవి. ఫుట్‌బాల్, జాజ్, బాహ్య సౌందర్యం. అతడి స్నేహితులు అతడి గురించి 'రోజుకు కనీసం రెండుగంటలు అద్దం ముందు కాలం గడుపుతాడనీ, టైం వేస్ట్ చేస్తాడనీ' చెప్పేవారు. వయస్సులో ఉన్నవాడు. అందగాడు.

చక్కటి మీసాలు ఉన్నవాడు. గొప్ప పర్సనాలిటీ కలిగిన అతని కోసం అమ్మాయిలు పడి చచ్చేవాళ్ళు.

మినీ అతడ్ని ప్రేమించసాగింది. ప్రేమ...ప్రేమ... కేవలం ప్రేమ...అతని కోసం ప్రాణం ఇవ్వటానికి సిద్ధమైంది. అదో రకమైన ఆరాధనలో మునిగిపోయింది.

“ఈ ప్రేమ గీమా వొదిలేయ్?” అని నేను ఆమెకు సలహా ఇచ్చాను.

“హృదయమంటే ‘మేనేజ్‌మెంట్ ఛేంబర్’ కాదు కదా. దాని మీద ఎవరి అధికారం చెల్లదు” అని ఆమె అంది

మొదట్లో మినీ తన హృదయాన్ని అర్పించినపుడు అంతా బాగానే ఉండేది.

రోమన్‌కు ఆ విషయం ఏమీ తెలియదు. మినీ హాయిగా ఉండేది. సంతోషంగా ఉండేది.

అయితే చాలా రోజులు విషయాన్ని దాచి పెట్టడానికి కాలేదు.

ఒక సారి రాష్ట్రస్థాయిలో ఆటల పోటీలు జరిగాయి. స్టేజీ మీద మొదటి వరుసలో కూర్చున్న మినీ పైకి లేచింది. మొత్తం పచ్చటి మైదానాన్ని దాటి ఎర్ర గులాబీ పువ్వుల బొకేను టీం క్యాప్టెన్ రోమన్ ఫాల్యాకోవ్ చేతికి అందించింది. స్టేడియం అంతా కరతాళధ్వనులతో మారు మ్రోగింది. ఎవరో విజిల్ వేశారు. మేమైతే గట్టిగా–‘అంతా వేస్టేనే పిచ్చిదానా...” అని అరిచాం.

***

కొంత కాలం గడిచాక రోమన్‌కు ఆమె తనను ప్రేమిస్తున్నట్టు స్పష్టమైంది.

ఆ తరువాత ‘చాకోలేట్’ ఇవ్వటం వల్ల ఇంకా బాగా అర్థమైంది. అతను జేబులో చేయి పెట్టగానే అవి దొరికేవి. ‘కెంట్’ (కెంట్ ఒక బ్రాండ్ సిగరెట్) ప్యాకెటో, లేదా పెరుగు సీసానో గదిలో కనిపించినపుడు అతడికి మరింత స్పష్టమైంది. (ఈ మధ్య రష్యా విశ్వవిద్యాలయాల్లో చాకోలేట్, ఐస్‌క్రీమ్ లేదా పెరుగుసీసా తలుపుల వెనుక పెట్టడం సమాగమన ఆహ్వానానికి సంకేతంగా ఉపయోగిస్తున్నారు)

జనవరి ఇరవై మూడున మినీ అతడికి ఎలెక్ట్రికల్ రేజర్ బహుమతిగా ఇచ్చింది.

మార్చి ఎనిమిదిన ఆమె తమ ఫోటోల ఆల్బం తయారు చేసి దానికి ‘ప్రేమ చరిత్ర’ అని పేరు పెట్టింది.

అయితే రోమన్ అంతగా ఆసక్తి చూపలేదు.

***

కాలం గడుస్తున్న కొద్దీ ఆమె పట్ల అందరూ సానుభూతి చూపించసాగారు.

"ఏమిటీ రోమన్ కోసం ఎదురు చూస్తున్నావా?" అని రోమన్ స్నేహితులు ఆమెను వెక్కిరించసాగారు.

"ఇంకెవరి కోసం ఎదురు చూస్తాను?"

"అయితే అతను ఇక్కడ లేడు."

"ఇప్పుడే లోపలికి వెళ్ళాడు కదా?"

"అటు వేపున్న కిటికీ నుంచి దూకి పారిపోయాడు."

ఆమె కోపగించుకునేది కాదు. అతను ఎక్కడవున్నా వెతుక్కుంటూ వెళ్ళేది. దొరక్కపోతే నేరుగా హాస్టల్‌కు వెళ్ళి అక్కడ గంటలకొద్దీ ఎదురుచూసేది. ఒక్కొక్కసారి రోజంతా ఎదురుచూసేది. ఆమె ప్రవర్తనకు విసిగిపోయిన రోమన్ హాస్టల్ వొదిలి పారిపోయాడు.

మినీ కంగారుపడింది. ఆమెకు ఏం చేయాలో తోచలేదు. కనిపించిన వాళ్ళందరిని అడిగింది. చివరికి ఆమెకూడా క్లాసులకు రావటం మానేసింది. మొదట్లో మేమూ పట్టించుకోలేదు. అయితే రెండు వారాలైనా ఆమె కనిపించకపోవటంతో నేను ఆమె ఆంటీ ఇంటికి వెళ్ళాను.

మినీ ఆస్పత్రిలో ఉందని తెలిసింది.

ఆమె ఆత్మహత్య చేసుకోవటానికి ప్రయత్నించిందట.

ఎలాగో గండం తప్పింది.

మినీ హాస్పిటల్ నుంచి ఇంటికి వచ్చింది.

ఆమెలోని ప్రేమ మంటలై ఆమెను కాల్చసాగింది.

ప్రేమ కోసం త్యాగం అనివార్యం అనిపించి మళ్ళీ త్యాగానికి సిద్ధపడింది.

ఈ సారి సన్నబడటానికి సెంటర్‌లో చేరింది. కఠిన పథ్యం పాటించింది.

"నా లక్ష్యాన్ని సాధించుకోవటం కోసం ఈ మాత్రం చేయలేనా?" అంది.

సెంటర్ నుంచి ఆమె తిరిగి వచ్చేసరికి 'సింహకటి'గా మారింది.

మేమంతా ఆశ్చర్యపోయాం.

"ఇటాలియన్ ఫిలింస్టార్‌లా సన్నగా నాజూకుగా తయారయ్యావే" అంటూ అభినందించాం.

రోమన్ ప్రేమను సాధించటానికి ఏదైనా చేయటానికి సిద్ధపడిన మినీ చివరికి తన ప్రయత్నంలో కొంతవరకు సఫలం అయింది. అతడి నెక్‌టై సరిచేయటానికి, స్కార్ఫ్ కట్టటానికి, అతడి మీసాలు పురి తిప్పడానికి అతడి దగ్గర చనువు సంపాదించింది.

ఒకసారి అతడికి తీవ్ర జ్వరం వచ్చింది. మినీ మూడురోజులు హాస్టల్లో ఉండి అతడికి సేవచేసింది. గంటగంటకు అతడికి మందు బిళ్లలు వేసింది. టెంపరేచర్ చూసింది. నుదుటిమీది తడిబట్టను మార్చింది. అతడి నడుము మసాజ్ చేసింది–ఇదంతా ఆమె శ్రద్ధగా చేయడం మేము చూశాం.

ఒకసారి ఆమె మాటల మధ్యలో "నా కొడుకుకు అల్యోష్కా అని పేరు పెడతాను. అల్యోష్కా రోమన్ కొడుకు. ఎలా ఉంది పేరు?" అని అడిగింది.

మేము కనుబొమలు ముడివేసి "పొరబాటున అమ్మాయి పుడితే?" అని అడిగాం.

"లేదు. అబ్బాయే పుట్టేది. రెండవ పిల్లవాడికి ఓలేష్కా, మూడోవాడికి..."

మేము ఆమెను ఆటలు పట్టిస్తూ వెక్కిరించసాగాం.

అంతలో ఎక్కడ్నుంచో రోమన్ ఊడిపడ్డాడు. తలుపులు తోసి, గుమ్మంలో నుంచోని కోపంతో గుడ్లు ఉరుముతూ మినీ వైపు చూస్తూ "నీవు మొత్తం కాలేజీనే పాడుచేయడానికి చూస్తున్నవా? ఎవరెవరితోనో ఏదేదో వాగుతూ ఉన్నావు. నిన్ను..." అని అరవసాగాడు.

మినీ ముఖం వాడిపోయింది.

ఆమె తల తిప్పుకుని కిటికీ నుంచి దూరంగా శూన్యంలోకి చూడసాగింది.

మా గుండె చప్పుడు ఆగిపోయినట్టు అనిపించింది.

ఎల్లప్పుడు నిద్రపోతూ ఉండే మా గ్రూపులోని ఏకైక అబ్బాయి చప్పున లేచి రోమన్ మీదికి దూసుకుపోయాడు.

"ఏం మాట్లాడుతున్నావు? నీవేమైనా గొప్ప జెంటిల్‌మాన్ అనుకుంటున్నావా? ముందు ఇక్కడ్నుంచి పోతవాలేదా?"అని కేకలు పెట్టసాగాడు.

మేమూ "ముందు బయటికి పోవోయ్"అని గట్టిగా అరిచాం.

ఈ సంఘటన తరువాత మినీ మళ్ళీ మాకు కనిపించనే లేదు.

***

నాలుగు సంవత్సరాలు గడిచాయి.

నేను ఇయాజిస్కీ ప్రాంతంలోని ఓ ప్రసిద్ధ రాజకీయ, ఆర్థికసంస్థలో ట్రైనింగ్ కోసం వచ్చాను. అక్కడి ఉద్యోగి "సీనియర్ ఆర్థికశాస్త్రవేత్త ఎక్కడికో వెళ్ళారు" అన్నాడు.

నేను ఆ మధ్యాహ్నం జరిగిన మీటింగ్‌కు హాజరైన తరువాత బయటికి వచ్చి మెల్లగా అటూ ఇటూ తిరగసాగాను. దూరంలో చిన్న బస్తీ కనిపించింది. కాళ్ళు అటువేపు సాగాయి. హఠాత్తుగా ఓ ఇంటి ముందు నా కాళ్ళు ఆగిపోయాయి.

ఆ ఇంటి కాంపౌండ్ తీగమీద చిన్న పిల్లల టోపీలు, సాక్సులు, బనీన్లు, నీలిరంగు నిక్కర్లు, బొమ్మల డ్రాయర్లు చూస్తూ అలాగే నుంచున్నాను.

ఆ ఇంట్లోకి తొంగి చూశాను.

లోపల బంగారు రంగు జుత్తు ఉన్న ఇద్దరు పిల్లలు తలలు వొంచుకుని ఏదో మాట్లాడుకుంటున్నారు.

నా అడుగుల చప్పుడు విని తలెత్తి చూశారు.

అంతలో బయట ఏదో కారు ఆగిన చప్పుడు వినిపించి అటు చూశాను.

పిల్లలు లేచి నుంచోని "అమ్మ వచ్చింది" అని అరిచారు.

కారులోంచి అందమైన యువతి దిగి తలుపుల వేపు నడిచింది.

గాలిలో చేతులు ఊపుతూ పిల్లలు తల్లి దగ్గరకు పరుగెత్తారు.

ఆ యువతి నా వైపు చూస్తూ "అరే, కాస్త ఆగు, ఎవరు కావాలి?" అంటూ గట్టిగా నవ్వింది.

నేను ఆశ్చర్యపోయాను.

మరుక్షణం ఆమెను గుర్తుపట్టి ఆనందంతో "మినీ" అని అరుస్తూ గట్టిగా కౌగిలించుకున్నాను.

"అరే, ఎలా ఉన్నావు? ఎక్కడి నుంచి వచ్చావు? ఏమిటి విశేషం? మేనేజ్‌మెంట్ నుంచా? ట్రెనింగ్ కోసమా?" అని ప్రశ్నల వర్షం కురిపించింది.

"అయితే ఇక్కడ ఆర్థికశాస్త్రాన్ని బోధించేది నీవేనా?" అని అడిగాను.

తను నవ్వుతూ తలూపింది.

నీలికళ్ళ పిల్లల్ని చూస్తూ ఆమె అంది "వీడు అల్యోష్కా, వాడు ఓలెష్కా... ఇద్దరూ రోమన్ పిల్లలు"

"కవలలా?" అడిగాను.

"అవును."

నేను పిల్లల్ని ఎత్తుకుని ముద్దులు కురిపించాను.

మాటల మధ్య ఒక పిల్లవాడు సూర్యుడు వేడిని ఇస్తాడు కాబట్టి తను సూర్యుడిని ప్రేమిస్తానని అన్నాడు.

మరొకడు తను 'అమ్మ'ను ప్రేమిస్తానని అన్నాడు.

రోమన్ గురించి, పిల్లల గురించి మినీ ఆపకుండా చెబుతున్న కబుర్లు వింటూ మినీ ముఖంలో చిందులేస్తున్న ఆనందాన్ని చూస్తూ ఉండిపోయాను.

***

(విపుల, మాసపత్రిక, ఏప్రిల్ 2012)

థాయ్‌లాండ్ కథ : వాఘారా సత్జసరిన

రెండు కప్పలు...

సిగ్నల్ దగ్గర ఎర్రలైట్ చూసి సర్లికా విసుగ్గా బ్రేక్ మీద కాలును గట్టిగా నొక్కింది.

చెవును బద్దలుకొట్టే వాహనాల సద్దు, రస్తా మీది దుమ్ము నిండిన ఈ నాలుగు రోడ్ల కూడలిలో రెండు నిముషాలు ఎదురుచూడటం ఆమెకు అసహనీయంగా ఉంది. పైగా సోమవారం కావటం వల్ల వాహనాల రద్దీ ఎక్కువగా ఉంది. అందరికీ తమ తమ గమ్యస్థానాలను సకాలంలో చేరాలనే హడావుడి. కూతురు నర్మ బడిముందు కారాపి, ఆమె బుగ్గకు ముద్దుపెట్టి, టాటా చెప్పి, ఆమె బడిగేటు లోపలికి వెళ్ళటం చూసి సమాధానం పడి, ఆఫీస్ వైపు బయలుదేరింది.

హఠాత్తుగా ఆమె భర్త చిత్రం ఆమె కళ్ళ ముందుకు వచ్చింది. గడిచిన మూడు రోజుల నుంచి కనిపించకుండా పోయిన అతడు ఈ రోజు ఉదయమే ప్రత్యక్షమయ్యాడు. ఎక్కడికి వెళ్ళాడో?- అదే విషయం అడిగితే మళ్ళీ ఇద్దరి మధ్య మాటలయుద్ధం ప్రారంభమైంది. కూతురు నర్మ ఎదుట పోట్లాడకూడదని జాగ్రత్తపడ్డా మనస్సు మీద స్వాధీనం తప్పటంతో అతడితో వాగ్వాదానికి దిగాల్సి వచ్చింది. కోపంతో అతను తనమీదికి వచ్చి ఇష్టం వచ్చినట్టు కొడుతుండటంతో, ఇన్నాళ్ళుగా అతడి దౌర్జన్యాన్ని భరిస్తున్న తాను ఇక భరించలేనట్టు లాగి లెంపకాయ కొట్టింది. ఈ ఘటన వల్ల కంగారుగా మూలన నిలబడి ఏడుస్తూ నుంచున్న నర్మను ఓదార్చి బడికి సిద్ధం చేయటానికి ఆమెకు తల ప్రాణం తోకకొచ్చింది.

పెళ్ళయిన కొత్తలో భర్త బాగానే ఉన్నాడు. నర్మ పుట్టిన తరువాత అతని స్వభావంలో మార్పు వచ్చింది. పదేపదే ఇల్లు వదిలి వెళ్ళేవాడు. అలా వెళ్ళినవాడు నాలుగైదు రోజులకు వచ్చేవాడు కాదు. చెడుస్నేహాల కారణంగా తాగుడుకు అలవాటు పడ్డాడు. ఇష్టమొచ్చినపుడు ఇంటికి వచ్చి భార్యతో పోట్లాటకు దిగేవాడు. ఒక్కొక్కసారి సర్లికా కూడా సహనం కోల్పోయి

భర్తతో వాదనకు దిగేది. అయితే చివరికి ఓడిపోయేది ఆమే. తన తలరాత ఇంతేనని బాధపడుతూ బహుశా తనకు రాసిపెట్టింది ఇంతే అనుకుని మౌనం వహించేది.

ఆఫీసు వచ్చింది. ఆలోచనల్లోంచి తేరుకుని కారు దిగి లోపలికి వెళ్ళింది.

కార్యాలయ సిబ్బంది నమస్కారాలు స్వీకరిస్తూ తన ఛేంబర్‌కు వచ్చి అక్కడున్న నిలువెత్తు అద్దంలో తన అవతారం చూసుకుని సిగ్గుపడింది. రాత్రి జాగరణ వల్ల ఎర్రబడిన కళ్ళు, చెదరిన జుత్తు, భర్త కొట్టిన దెబ్బలకు వాచిన ముఖం. 'అంతా నా కర్మ' అనుకుంటూ వచ్చి తన కుర్చీ మీద కూర్చుంది. ఎదురుగా ఫైళ్ళ రాశి కొండలా కనిపించింది.

"గుడ్ మానింగ్ మేడం" అంటూ మార్లీ ఓ చేత్తో చీపురుపట్టుకుని, మరో చేత్తో నమస్కరిస్తూ లోపలికి అడుగు పెట్టింది.

సర్లికా తన పనిలో నిమగ్నమైనందు వల్ల ప్రతిస్పందించలేదు.

"ఏమిటమ్మగారు, అంతా క్షేమమే కదా?" అని మార్లీ అడిగింది.

అందుకు సమాధానంగా మార్లికా "కెటిల్‌లో నీళ్లుపోసి స్విచ్ ఆన్ చెయ్" అని మళ్ళీ తన పనిలో లీనమయ్యింది.

యజమానురాలి ముఖం చూడగానే ఈవాళ యజమానురాలి మనస్సు బాగులేదని మార్లీకి అర్థమైంది. ఆమె కెటిల్‌లో నీళ్ళుపోసి స్విచ్ ఆన్ చేసింది. "అమ్మా, రెండు నిముషాల్లో కాఫి సిద్ధమవుతుంది" అని యజమానిని చూసి నవ్వింది.

తనను నవ్వించాలని మార్లీ చేస్తున్న ప్రయత్నానికి సమాధానంగా సర్లికా చిన్నగా నవ్వింది.

సర్లికా ముఖం మీద నవ్వు చూసి, "అమ్మయ్య నవ్వారు కదా, ఇప్పుడు నాకు సంతృప్తిగా ఉందమ్మా" అని మార్లీ అంది.

సర్లికా తను తెచ్చిన దినపత్రికలోని మనోరంజనా విభాగపు పుటను మార్లీకి ఇచ్చి "ఈ పుట కోసమే కాచుకుని ఉన్నావు కదా, తీసుకో" అంది.

సర్లికాకు ఆ పుటలో లవలేశమైనా ఆసక్తి లేదు. ఎందుకంటే ఆ పుట మొత్తం లాటరీ విషయాలతో నిండి ఉంటుంది. మార్లీకి లాటరీపిచ్చి చాలా ఎక్కువ. ఆమెకు ఈ పుట మీదనే కన్ను. మార్లీ తదేకచిత్తంతో ఆ పుటను పూర్తిగా గాలించింది. పుట చివర ముద్రింపబడిన లాటరీ ఫలితాలను అనేకసార్లు చూసింది.

"ఏదైనా లాటరీ తగిలిందా?" అని సర్లికా అడగటంతో తనకు కలిగిన నిరాశను వ్యక్తపరచకుండా మార్లీ మళ్ళీ మూడునాలుగు సార్లు ఆ పుటను కుతూహలంతో చూసింది. "ఈ సారి అదృష్టం నా చేయి పట్టుకోలేదు. అయితే అమ్మగారు నాకు శుభశకునాలు

కనిపిస్తున్నాయి. మరికొద్ది రోజుల్లో నేను కోటీశ్వరురాలిని అవుతానని ప్రసిద్ధ జ్యోతిష్కులు చెప్పారు" అంది మార్లీ.

"ఇంతకు ముందుకూడా నువ్వు లాటరీ తగులుతుందన్న ఆశకుపోయి డబ్బులు పోగొట్టుకున్నావు. ఇంకా నీకు బుద్ధి రాలేదా?" అని సర్లికా చిరుకోపంతో అడిగింది.

"అబ్బే, నేను పోగొట్టుకుంది చాలా తక్కువే. ఈ సారి చూడండి. కచ్చితంగా నాకు లాటరీ తగులుతుంది" అంది మార్లీ.

సర్లికాకు ఆమె అబద్ధం చెబుతోందని తెలుసు. ఆమెతో వాదించటం వ్యర్థం అనిపించింది. నోటికి వచ్చిన అబద్ధాలు చెబుతూ తనను తాను సమర్థించుకునే ఆమె పట్ల జాలి కలిగింది. ఈ అల్ప విషయాలకు తానెందుకు తల పాడుచేసుకోవాలని మళ్ళీ తన పనిలో మునిగింది.

కెటిల్ ఉస్సంటూ గట్టిగా చప్పుడు చేసింది.

సర్లికా లేచి తన కాఫి కప్పును తీసుకుంది.

అయితే ఇదేమిటి? తనకు ఇష్టమైన చిన్నకప్పు, పెద్దకప్పులో ఇరుక్కుని పోయివుంది. శుక్రవారం సాయంత్రం ఇంటికి వెళ్ళే తొందరలో కప్పులను కడగకుండా ఒకదానిలో ఒకటి పెట్టి అలాగే ఇంటికి వెళ్ళిపోయిన విషయం ఆమెకు గుర్తొచ్చింది. వాటిని విడదీయడానికి ప్రయత్నించింది. ఫెవికాల్ పూసి అతికించినట్టు గట్టిగా అతుక్కుపోయిన వాటిని విడదీయటం ఆమెకు సాధ్యం కాలేదు. ఆ కప్పుల్లో వేడి నీళ్ళు పోసింది. కప్పుల రెండింటి మధ్య అతుక్కుపోవటానికి కారణమైన పదార్థం వేడినీళ్ళ ప్రభావానికి కరిగి అవి విడిపోవచ్చు అనుకుంది. ఆ ప్రయత్నమూ సఫలం కాలేదు.

ఇన్నాళ్ళ నుంచి ఆ చిన్న కాఫికప్పులోనే ఆమె కాఫి తాగుతోంది.

చైనా పింగాణితో చేసిన ఆ బంగారురంగు కప్పు మీద కళాకారుడు చక్కటి నైపుణ్యంతో పుష్పాల చిత్రాన్ని చిత్రించాడు.

కూతురు నర్మ పుట్టిన సంవత్సరంలో కొంచెం దుబారా అనిపించినా ఈ చిన్న కప్పును కొని ఆమె ఆఫీసులో తెచ్చి పెట్టింది.

అది ఆమెకు శుభాన్ని తెచ్చే సంకేతమని ఆమె నమ్మకం. తనకు ప్రమోషన్లు ఒకదాని తరువాత ఒకటి రావటానికి ఈ చిన్నకప్పే కారణమని ఆమె గాఢంగా నమ్ముతోంది. ఆ కారణంగా ఆమెకు ఆ కప్పుతో ఒక అవినాభావ సంబంధం ఏర్పడింది.

మరొక సాధరణమైన కప్పును ఆమె భర్త కొన్ని నెలల క్రితం ఆఫీసుకు వచ్చినపుడు ఇంటికి తీసుకెళ్ళాల్సిన ఆ కప్పును మరిచిపోయి ఆఫీసులో వదిలిపెట్టి పోయాడు.

గతవారం ఆఫీసు సిబ్బందిలో ఒకరు చెరుకురసం పెద్దకప్పులో పోసి తాగటానికి ఇచ్చారు. తాను ఇంటికి వెళ్లేప్పుడు మరిచిపోయి ఆ పెద్దకప్పులో ఈ చిన్నకప్పును పెట్టి వెళ్ళిపోయింది. పెద్దకప్పులో కొద్దిగా మిగిలిపోయిన చెరుకురసం కారణంగా కప్పులు ఒకదానికొకటి అతుక్కుపోయి ఉండొచ్చు.

'భలే సమస్య వచ్చిపడిందే!' అని అనుకుంటూ ఫైళ్ళల్లో తలదూర్చింది. ఫైళ్ళ కనిపించిన తప్పులను చూసి బుర్రవేడెక్కి క్లర్క్‌ను పిలిచి చెడామడా తిట్టి సరిచేసి తెమ్మని చెప్పింది. ఇప్పుడామె సామాన్య ఉద్యోగి కాదు, ఆ కార్యాలయంలో డైరెక్టర్. పైనుంచి ఆమెమీద చాలా ఒత్తిళ్ళు ఉంటాయి. కార్యాలయ సిబ్బందితో చాలా కఠినంగా వ్యవహరించాల్సి వస్తుంది. మొదట్లో ఆమె ఒక స్త్రీ అని చులకనగా చూస్తున్న సిబ్బందివర్గం ఆమె సామర్థ్యం మరియు నిర్మోహమాటపు పని తీరును గమనించి భయమిశ్రిత గౌరవాన్ని ఇస్తోంది.

అంతలో ఎం.డి.గారి నుంచి పిలుపు వచ్చింది.

సర్లికా గుండె కంగారుగా కొట్టుకోసాగింది.

మనస్సులో అవ్యక్తమైన భయం పుట్టుకొచ్చింది.

ఎం.డి. దొరగారు ఏదో విషయాన్ని అడగొచ్చు. తాను దానికి సమాధానం ఇవ్వడానికి సిద్ధంగా ఉండాలి. కంప్యూటర్ ఖరీదు గురించో లేదా ఆఫీస్‌రూం ఇంటీరియర్ డెకొరేషన్ సంబంధమైన టెండర్ గురించో అడగొచ్చు అని ఆలోచిస్తూ అద్దం ముందు నుంచుని మేకప్ సరి చేసుకుని వెళ్ళి ఎం.డి. ముందు కూర్చుంది. మీటింగ్‌లో గంభీర విషయాల ప్రస్తావనే రాలేదు. రోజువారీ ఆఫీసు పనుల నిమిత్తం ఒక డెలివరీ వ్యాన్ కొనమని సూచించి ఎం.డి. వెళ్ళిపోయారు.

సర్లికా సమాధానపు నిట్టూర్పు విడిచింది.

మళ్ళీ తన ఛేంబర్‌కు తిరిగొచ్చింది. అతుక్కుని కూర్చున్న కాఫికప్పులను మళ్ళీ వేరు చేయడానికి ప్రయత్నించి విఫలమైంది. మార్లీ వస్తే ఆమెకు చెబితే ఆమె ఎలాగైనా వాటిని వేరుచేయగలదని అనుకుంది. సర్లికాకు మార్లీ అంటే జాలీ, అభిమానం. నిజం చెప్పాల్సి వస్తే మార్లీ ఓ సామాన్యమైన చిన్న ఉద్యోగి అయినప్పటికీ వయస్సులో సర్లికా కన్నా పెద్దది. జీవితంలో కష్టసుఖాలు అనుభవించింది. అన్ని అనుభవాలు పొందిన సంపూర్ణమైన జీవితం ఆమెది. ఆ కారణంగా ఆమె సమయానుకూలంగా ఇచ్చే సలహాలు, సూచనలవల్ల సర్లికా మనస్సు తేలికపడేది. తన మనస్సులోని బాధలు, వ్యధలు అప్పుడప్పుడు సర్లికా ఆమెతో పంచుకునేది. కొన్ని విషయాల్లో నిర్ణయాలు తీసుకునేటప్పుడు

ఆమె సూచనలు, సలహాలు పాటించేది. అప్పుడప్పుడు తన కుటుంబ విషయాలూ చెప్పుకునేది.

మార్లీ సర్లికా కన్నా సుఖవంతురాలు. ఉన్నంతలో ఆమె సంతృప్తిగా ఉన్నదన్నది ఆమె మాటలవల్ల తెలుస్తుంది. ఆమె భర్త ఓ కంపెనీలో సెక్యూరిటీ గార్డు. ఆమెకు ఇద్దరు పిల్లలు. భార్యాభర్త వేతనాలు ఇద్దరివి కలసి పదివేలుండొచ్చు. ఆ తక్కువ ఆదాయంలోనే ఆనేక ఆశలు నెరవేరకపోయినప్పటికీ తిండికీ, బట్టకు లోటు లేదు. మంచం ఉన్నంత వరకే కాళ్ళు చాపాలి అన్నది మార్లీకి తెలుసు. మర్యాదకు భయపడి నడుచుకునే కుటుంబంవారిది.

సర్లికా ఆఫీస్ ఫైళ్ళో మునిగిపోయింది.

"అమ్మగారూ, పత్రిక తీసుకోండి" అంది మార్లీ.

సర్లికా తలెత్తి, "ఏదైనా లాటరీ తగిలిందా?" అంది.

"ఇప్పటిదాకా లేదమ్మా. అయినా నేను నిరాశ పడను. చాలా డబ్బులు గెలుచుకోగలననే నమ్మకం నాకుంది"

"అంటే కోట్లా?"

"అవునమ్మగారు, చూస్తూ ఉండండి."

"మీ పల్లెకు వెళ్ళాలనుకున్నావు కదా, ఏమైంది?"

"లేదమ్మగారు, నేను వెళ్ళటం లేదు. పొలంలో పని చేయటానికి కూలీలు దొకటం లేదట. నన్ను రమ్మన్నారు. అయితే నాకు పొలం పనులు రావు. ఆ కారణంగా నేను వెళితే ఏమీ ప్రయోజనం లేదు. అంతే కాకుండా తన జీతంలో కోత పడితే మళ్ళీ ఆర్థిక సమస్య. నా యజమాని మాత్రమే వెళ్లటం ఉచితమనే మేము నిర్ణయించుకున్నాం. ఇంటిని, పిల్లల్ని కొన్నాళ్ళు నేనే చూసుకుంటాను"

సర్లికాకు తన పల్లెజీవితం గుర్తొచ్చింది.

తన బాల్యం గ్రామంలోనే గడిచింది. అప్పుడు సుఖంగా, ఆనందంగా కాలం గడిచింది. వివాహం తరువాత ఈ ఉద్యోగం నిమిత్తం పట్టణానికి రావాల్సి వచ్చింది. ఒకసారి నగర జీవితపు ఆకర్షణలో చిక్కుకున్నాక పల్లెవైపు వెళ్ళటం తగ్గింది. తాను తన గ్రామానికి వెళ్ళి ఏన్నేళ్ళయింది?

సర్లికాకు తన చిన్న కప్పు గుర్తొచ్చింది. అరే! మరిచేపోయాను కదా అనుకుంది. వెంటనే మార్లీని పిలిచి నవ్వుతూ అంది–

" ఈ కప్పులు ప్రేమికుల్లా గట్టిగా అతుక్కుపోయి ఉన్నాయి. వీటిని విడదీసివ్వు."

"ఓహ్ ! మీ ప్రియమైన చైనా కప్పు ఈ పెద్ద కప్పులో చిక్కుకుపోయింది కదమ్మా" అంటూ ఆ కప్పులను తీసుకుని అక్కడ్నుంచి వెళ్ళబోయింది.

"నెమ్మదిగా వేరు చెయ్. ఏదైనా ఎక్కువ తక్కువైతే నీ చేతికి గాయమయ్యే అవకాశం ఉంది" అంది సర్లికా.

మార్లీ ఎంత ప్రయత్నించినా కప్పులను వేరు చేయలేకపోయింది.

"ఉదయం నుంచి కాఫీ తాగలేదు" అంది సర్లికా.

"ఎందుకమ్మా, నాకు మొదటే చెబితే వేరే కప్పులో కాఫి ఇచ్చేదాన్ని కదా, లోపల ఇంకా కప్పుఉన్నాయి" అంది మార్లీ.

"నాకు ఈ కప్పులో తాగటమే అలవాటని నీకు తెలుసు కదా?" అంది సర్లికా.

"ఉదయం నుంచి మీరు కాఫి తాగలేదంటే నాకెలా ఉంటుందో చెప్పమ్మా? కొంచెం ఉండండి. వాషింగ్ సోప్ వేసి చూస్తాను" అని లోపలికి వెళ్లింది.

సర్లికా మళ్ళీ ఫైళ్ళలో నిమగ్నమైంది.

అప్పుడే సర్లికా ఫోన్ మోగింది.

సర్లికా చూసింది.

భర్త నుంచి కాల్.

ఇతడి వల్ల ఇంటి వాతావరణం పాడైపోయింది. బహుశా మళ్ళీ తాగటానికి డబ్బులు కావాల్సి వచ్చి ఫోన్ చేసివుంటాడు అని అనుకుని, ఫోన్ ఎత్తి "ఎందుకు కాల్ చేశారు?" అని అడిగింది.

మరుక్షణం ఫోన్‌లో పోట్లాట మొదలైంది.

"ఇది ఇల్లా? హోటలా? నీకు ఇష్టం వచ్చినపుడు వస్తావా? భార్యాపిల్లలు బతికివున్నారో చచ్చారో నీకు తెలుసా? నీకు సంసారం పట్ల బాధ్యత ఉందా? నీకు నేను గుర్తొచ్చేది తాగడానికి డబ్బు కావాల్సి వచ్చినపుడు. నా దగ్గర డబ్బులు లేవు. ఉన్నా ఇవ్వను. పో పోయి ఎక్కడైనా చావు" విసురుగా అని ఫోన్ స్విచ్ఛాఫ్ చేసింది.

సర్లికాకు ఒక్క క్షణం కూతురు గుర్తొచ్చింది.

ఇప్పటిదాకా కూతురి కోసమే అతడ్ని భరించింది. మొదట్లో బాగానే ఉండేవాడు. చక్కటి ఉద్యోగం ఉండేది. ఇరుగుపొరుగువారు తమ దాంపత్యాన్ని చూసి అసూయపడేవారు. అయితే ఇప్పుడు అదే ఇరుగుపొరుగువాళ్ళు తమను చూసి

నవ్వుకుంటున్నారు. చెడుస్నేహాల వల్ల చెడు అలవాట్లు వచ్చి పడ్డాయి. ఇప్పుడు అతడికి మందు ఉంటే చాలు. భార్య అక్కర్లేదు, కన్నబిడ్డ అక్కర్లేదు. ఏ జన్మలో ఏ పాపం చేసిందో, ఎవరి సంసారాన్ని కూలదోసిందో తనకు ఇలాంటి భర్త దొరికాడు. ఇక ఇతడ్ని భరించే శక్తి తనకు లేదు. రోజూ పోట్లాటలే. తిట్లు, దెబ్బలు. కూతురు కోసమైనా తనొక నిర్ణయానికి రావాలి. తనకు ఉద్యోగం ఉంది. కూతురు ఉంది. ఇక కూతురే తన జీవితం.

ఆమె ఆలోచల్ని చెదరగొడుతూ "అమ్మగారు మీ కప్పు తీసుకోండి" అంటూ మార్లీ లోపలికి వచ్చింది.

"ఎలా వేరు చేశావు?" సర్లికా అడిగింది.

మార్లీ నవ్వి–"చూడండమ్మా , మీ కప్పుకు కొంచెం కూడా ఏమీ కాలేదు" అంది.

"సరే, పెద్ద కప్పు ఎక్కడా?" అంది సర్లికా.

మార్లీ ముఖం తుంటరి నవ్వు మెరిసింది.

"అమ్మా! ఆ పెద్ద కప్పా? మీరు ఉదయం నుంచి కాఫీ తాగలేదన్నారు కదా? అందుకే..."

"అందుకే... దాన్నేం చేశావు?"

"నాకు మరో దారి కనిపించలేదమ్మా..."

"అంటే పెద్ద కప్పును విరగొట్టావా?"

"అవునమ్మా... " యజమానురాలిని చూసే ధైర్యం చేయలేక తల దించుకుంది.

మార్లీకి ఆ పెద్దకప్పు యజమానురాలి భర్త తెచ్చి పెట్టిందని తెలుసు. ఆమెకు ఇంకా చాలా విషయాలు తెలుసు. యజమానురాలు చెప్పినా చెప్పకపోయినా యజమానురాలి ఎర్రబడిన కళ్ళు, ఉబ్బిన బుగ్గలు, ఆ బుగ్గల మీద మేకప్ చాటున కనీ కనిపించకుండా కనిపించే చేతి వేళ్ళ గుర్తులు ఆమెకు చాలా విషయాలు చెప్పాయి.

"క్షమించండమ్మా. మీకు ఆ చిన్న కప్పు మీద ఎంత ప్రేమో నాకు తెలుసు. ఆ ప్రేమే నన్ను ఈ కార్యానికి పురికొల్పింది. ఒకదాన్ని పొందడానికి మరొకదాన్ని త్యాగం చేయడానికి మనం సిద్ధం కావాలి కదా? దయచేసి నన్ను తప్పుగా భావించకండి" అని మార్లీ బయటికి నడిచింది.

సర్లికా తన కూతురు నర్మ పుట్టినరోజున కొన్న ఆ చిన్నకప్పు వైపు చూస్తూ ఆలోచనలో పడింది.

కొన్ని సమయాల్లో నిర్ణయాలు తీసుకోవడం అప్పటి వాతావరణం, సందర్భం మీద ఆదారపడి ఉంటుంది. ఆ నిర్ణయం సరైంది కావచ్చు లేదా తప్పు కావచ్చు. అయితే మార్లీ చేసినదాంట్లో తప్పు లేదు. బహుశా ఆమె స్థానంలో తనున్నా అలాగే చేసేదేమో?

ఆ ఆలోచనతో ఆమె మనస్సు సంతృప్తి చెందింది.

ప్రశాంతంగా మళ్ళీ ఫైళ్లు చూడటంలో మునిగింది.

***

(విపుల, మాసపత్రిక, అక్టోబర్ 2014)

లెబనాన్ కథ : లైలాబాల్ బకి

ప్రయాణం

నేను కళ్ళు మూసుకుని ఉన్నప్పటికీ నా చుట్టూ ఉన్న వస్తువులను చక్కగా చూడగలను. గది అందాన్ని పెంచుతూ ఓ పొడుగాటి సోఫా గది ఆ మూల నుంచి ఈ మూల వరకు వొద్దికగా పడుకుని ఉంది. మరో మూల చిన్న బల్ల. గది గోడల్లోనే అమర్చిన షెల్ఫులు, నేలపై పరచిన రంగుల తివాసీలు, నీలి కిరణాలను వెదజల్లుతున్న బెడ్ ల్యాంప్. ఇలా అన్నిటినీ నేను చూడగలను.

నా భర్త అప్పటికే గొణగసాగాడు. అతడ్ని దగ్గరికి లాక్కుని అతని శరీరాన్ని స్పర్శించటం నాకెంతో ఇష్టమైన పని. అతని శరీర స్పర్శ తలుచుకుంటేనే నా ఒళ్ళు పులకరిస్తుంది. అతని చొక్కాలో నా శరీరాన్ని దాచుకున్న ప్రతీసారి అతని వెచ్చటి చేతులు నా చుట్టూ పెనవేసుకున్నట్టయి నా వొళ్ళు క్షణంలో వేడెక్కిపోయేది. ఇప్పుడు కూడా...

అయితే ఈవాళ అతనెందుకో నాకు దూరంగానే ఉన్నాడు. అంటే అతనేదో గంభీరమైన విషయాన్ని చెప్పడానికి సిద్ధమవుతున్నాడని నాకు అర్థమైంది.

"సముద్రం కనిపిస్తుందా?"–అడిగాను.

"ఆఁ!"

"దాని రంగు ఎలా ఉంది?"

"ఒక వేపు నీలం, మరో వేపు బూడిద రంగుతో కలగలసిపోయే తెలుపు రంగు."

ఆ తరువాత చాలా సేపటి వరకు నేను అలాగే పడుకుని పై కప్పునే చూడసాగాను. కొద్ది సేపటి తరువాత అన్నాను–

"నాకు ఆ ఒంటరి ఖర్జూరపు చెట్టును చూస్తే ఎంతో ఇష్టం. ఎందుకో తెలుసా? ఇక్కడ్నుంచి చూస్తే అది సముద్రం మధ్యన నుంచున్నట్టు అగుపిస్తుంది..."

కొద్ది సేపు అతను ఏమీ మాట్లాడలేదు. ఆ తరువాత అన్నాడు–

"ఎదురింటి కిటికీ నుంచి వెలుతురు దూసుకొస్తోంది. ప్రపంచమంతా హాయిగా నిదరపోతోంది. ఇక నీవైతే బాగా తాగి ఉన్నావు..."

'బాగా తాగి ఉన్నావు' –అనే మాట నా గుండెల్లో ముళ్ళులా గుచ్చుకున్నట్టయింది.

అది గమనించినట్టు అతను వెంటనే మాట మార్చాడు. అవీ ఇవీ మాట్లాడుకున్నాక హఠాత్తుగా అడిగాడు–

"మన పెళ్ళయి ఎంత కాలమైంది?"

నేను జవాబివ్వలేదు. కళ్ళెత్తి అతన్నే తదేకంగా చూడసాగాను. బొంగురు గొంతుకతో అతను అన్నాడు–

"పెళ్ళయి ఏళ్ళు గడిచిపోయాయి. పట్టుబట్టినట్టు 'వద్దు ... వద్దు ...' అంటున్నావు. పెళ్ళికి ముందు నీవు పిల్లలంటే ప్రాణం పెట్టేదానివి. పిల్లల కోసం ప్రాణాలు పోగొట్టుకోవడానికి కూడా సిద్ధమయ్యావు. అయితే ఇప్పుడు ..."

అతను సోఫాలో కూలబడ్డాడు. సోఫాను పిడికిలితో గుద్దుతూ అన్నాడు–

"ఓ కుర్చీ! నీకు ఈమె కోరికలు, ఆలోచనలు జ్ఞాపకం లేవా? ఏయ్ ల్యాంప్! నీవు ఈమె హృదయ విదారక రోదనను వినలేదా? ఓయ్ తలగడా! నిన్ను ఆమెగా భావించి ఎన్ని సార్లు నా ఎదకు హత్తుకుని ఎన్ని సుదీర్ఘ రాత్రుల్ని నేను గడపలేదు?"

"వస్తువులు, అనుభూతులు సద్దు చేస్తూ, గతి నుంచి వంచింపబడి ఉంటాయని నీకు తెలియదా?"అన్నాను

"ఆహా! ఇవి చచ్చిపోయాయని నీకెలా తెలుసు?"– అతను కోపంగా అడిగాడు.

"వస్తువులు మరణించవు. అయితే వాటికి హృదయ స్పందనలు కలిగించేవారు మరణించారు. అంతే!"

"నాకు ఈ వస్తువుల గురించి చర్చలు అవసరం లేదు. సమస్యకు పరిష్కారం వెదకటానికి నీవు పరుగెడుతుంటావు. ప్రస్తుతం నిన్ను వెళ్ళనివ్వను."

"నా చుట్టూ ఉన్న వస్తువుల్లో ఈ కోచ్, తివాసి, గోడలు, లాంప్స్, ఫ్లవర్‌వాజ్, షెల్ఫ్, ఈ కప్పు, ఈ అద్దం... ఇలా ఈ వస్తువుల్లో బయట ప్రపంచపు ప్రతిబింబం కనిపిస్తుంది. నేను వేటిని వొదలను. వొదలటానికి సాధ్యమూ కాదు"

అతను పిచ్చి కోపంతో అరిచాడు–

"మళ్ళీ వస్తువులు గురించి ఏవేవో మాట్లాడి మాట మార్చాలనుకుంటున్నావా? నాకు ఇప్పుడే, ఈ క్షణమే నీ నుంచి సమాధానం కావాలి. చెప్పు. ఎందుకు పిల్లలు వద్దనుకుంటున్నావు?"

నేను వ్యంగ్యంగా అన్నాను–"అందుకు కారకుడివి నీవే! నీవు నా పట్ల అలిగావు. నగరంలోని ఆ జోకర్ నీకు గుర్తున్నాడా? నిన్ను నేను, నన్ను నీవు పరస్పరం కలుసుకోవాలని అతను బ్రతిమిలాడలేదా? ఇక నీవు నన్ను నీ బాహుల్లో బంధించడానికి తొందరపడలేదా? పరస్పరం మనం ప్రేమించుకోవాలని అతను కోరుకోలేదా? మనం ఎక్కడ కలుసుకోవాలి? ఎన్ని గంటలకు కలుసుకోవాలి? ఎలా కలుసుకోవాలి? –ఇలాంటి కార్యక్రమాలన్నీ ఏర్పాటు చేసింది అతనే కాదు? అంతే కాదు–మనం దొంగచాటుగా కలుసుకోవటం గురించి ఎగతాళ చేసింది కూడా అతనే కాదా? మూడు పూటలు భోంచేస్తూ, కోరినదాన్ని గుటకేస్తూ, సిగరెట్టు కాలుస్తూ, ఆర్భాటం చేస్తూ, మన ప్రేమ కథను హేళన చేస్తూ నవ్వేవాడు కాదా అతను?"

"మరొకరి విషయం అక్కర్లేదు. నేనొక స్త్రీకి బద్ధుడయ్యాను"–అతను శుష్క స్వరంతో అన్నాడు.

"అవును కదా! నేను ఇలాగే ఈ యాతనను భరించగలిగేదాన్నయ్యాను"

అతను వెంటనే తన పిరికితనాన్ని ఒప్పుకుంటున్నట్టు తలవంచుకున్నాడు.

"నీవు పిచ్చిదానివయ్యావు"అతను గొణిగాడు–" నేను ఈ తలుపులు తెరిచాను. అదే గదిలో మంచం మీద నీవు వెల్లికిలా పడుకుని ఉన్నావు. నీ చేతి నరం కోయబడి ఉంది. నీ చేతి వేళ్ళు రక్తపు మడుగులో కదులుతూ ఉన్నాయి. నీవు పిచ్చిదానివయ్యావు. దాదాపు నేను నిన్ను పోగొట్టుకున్నాననే అనుకున్నాను."

అతన్ని దగ్గరికి రమ్మని సైగ చేశాను.

అతను గత చరిత్ర చెబుతున్నాడు.

నాలో అతని పట్ల ప్రేమ పొంగింది.

అతని చొక్కాలో నా శరీరాన్ని దాచుకోవాలన్న కోరిక బలంగా కలిగింది.

అతని చేతిని నా చేతిలో తీసుకుని నా హృదయాన్ని అందులో రాయాలనిపించింది.

అతని నా గుండెలకు గట్టిగా హత్తుకుని అతని విశాలమైన వీపు మీద నా గోళ్ళతో చిత్రాలు గీయాలనిపించింది.

అయితే అతను దూరంలో నుంచోనున్నాడు.

కదలకుండా!

నిశ్చలంగా!

నేను గర్భం దాల్చటాటనికి ఒప్పుకోవటం లేదు.

ఆ కారణంగా అతను ఓ నిర్ణయానికి రాబోతున్నాడు.

'నీవు నన్ను ప్రేమించటం లేదు' అని నా మీద అభియోగం మోపబోతున్నాడు.

ఔనా?

ఆ ఆరోపణ నిజమేనా?

నేను విలవిల్లాడాను.

బ్రతిమిలాడుతూ అన్నాను-

"ప్రియా ! నీవు ఏమనుకుంటున్నావో నేను ఊహించగలను. అయితే అది కేవలం నీ ఊహ మాత్రమే. అందులో వాస్తవం లేదు. ఓ విషయం చెప్పనా? నిన్న రాత్రి జరిగిన విషయం చెప్పనా? నేను నీ గుండెల మీద పడుకుని ఉన్నాను. నీవు గాఢ నిద్రలో ఉన్నావు. పక్క మీద వాలగానే నీకు నిద్రపోవటం అలవాటు. నేను మెలుకువగా ఉన్నాను. అలా ఉండటం ఎంత యాతనగా ఉంటుందో నీవు ఊహించగలవా? ఇంతకు మునుపు కూడా ఈ విషయం గురించి మన మధ్య చర్చ జరిగింది. అవునా?"

"నీవు రాత్రంతా మేలుకుని ఉండటం నాకు తెలియదు"

"నేను ఒంటరిగా మేల్కొనే ఉన్నాను. నీవు నిద్రపోతూనే ఉన్నావు. ఆలోచనలతో నా బుర్ర వేడెక్కింది. ఆ వేడిని బయటికి పంపటానికి నేను సిగరెట్ కాలుస్తూ ఉండిపోయాను. హఠాత్తుగా కప్పుకున్న దుప్పట్లో నీ కాలు చలించినట్టయ్యింది. దాని కదల్చటానికి ప్రయత్నించాను. అయితే అది నిశ్చలంగా ఉండిపోయింది. ఒంట్లోని శక్తంతా కూడదీసుకుని కేకలు వేద్దామనుకున్నాను. అరవలేకపోయాను. నాలో ఏదో కంగారు. ఏదో కలవరం. మళ్ళీ కదల్చటానికి యత్నించాను. కానీ అదలానే కదలకుండా నిశ్చలంగా ఉంది. అటు తరువాత నా ముఖాన్ని నీ విశాలమైన ఎద మీది జుత్తులో దాచుకున్నాను. మౌనంగా రోదించసాగాను. నేను ఆలోచించాను. ఒక అనుభవానికి లోనయ్యాను. అదేమిటో తెలుసా? నేను నీలో, నీ పాదాలలో ఎలాంటి భేదాన్ని కనుక్కోలేని అసమర్థురాలినయ్యాను."

అతను నెమ్మదిగా అన్నాడు-"ఈ కాలంలో ప్రజలు ప్రేమ కోసం చావటం లేదు. అవకాశాన్ని లాభం కోసం ఉపయోగించుకుంటున్నారు..."

నేను వెంటనే అన్నాను-"అవును! నీవు చెప్పింది నిజమే. అంతే కాదు. ఈ కాలంలో జనం పిల్లల్ని కనటానికి ఇష్టపడటం లేదు."

"ఈ ఇరవై ఏళ్ళల్లో ఏం మారింది?"

"నేను పెళ్ళికి మునుపు ఆకాశంలోని నక్షత్రాల కోసం పోరుపెట్టే చిన్నారి ముగ్ధ శిశువులా ఉన్నాను."

"అంటే నీవు ఎప్పుడూ మోసం చేస్తూ వచ్చావా?"

"అసంతృప్తిగా ఉన్న స్త్రీ; భర్త వల్ల అసంతృప్తిగా ఉన్న స్త్రీ మాత్రమే బిడ్డ కోసం ఆశ పడుతుంది. ఎందుకో తెలుసా? తనదే అయిన ప్రత్యేక ప్రపంచాన్ని నిర్మించుకుని, అందులో దాక్కోవాలన్న కోరిక వల్ల ... "

"అయితే నీవు అసంతృప్తిరాలివా?"

"మనం ఉన్న పరిస్థితుల్లో ఇద్దరం కంగారు పడ్డాం. ఇద్దరం భయం నుంచి విముక్తి పొందలేదు. పరస్పరం అపరిచిత ముఖాలతో చూసుకుంటున్నాం. అపరిచిత ధ్వనులను వింటున్నాం..."

"నాకేమీ అర్థం కావటం లేదు."

"సమస్యలన్నిటికీ మూల కారణం ఏమిటో తెలుసా? నీ అజ్ఞానం. అర్థం చేసుకోలేకపోవటం. గర్భం ధరించటానికి నాకు ధైర్యం లేదని ఎంత చెప్పినా నీవు అర్థం చేసుకోవటం లేదు."

"కాదు" అతను గట్టిగా అరిచాడు.

"నేను ఈ కొత్త లోకంలోకి తీసుకురాబోయే పిల్లవాడి గురించి చాలా భయపడిపోయాను. రాబోయే ఆ శిశువు నా రక్తాన్ని పీల్చేసి, ఊపిరి లాగేసుకుని, నా ఆహారాన్ని భుజించి, పెరిగి పెద్దయి...ఆ బిడ్డ హఠాత్తుగా నన్ను వెనక్కి నెట్టేసి, రాకెట్టులో కూర్చుని రమ్మని చంద్రుడి దగ్గరికి...ఎలా ఊహించుకోను? చంద్రుడి మీదే స్థిరంగా నివసిస్తాడని ఎలా నమ్మను? అక్కడ వాడు సంతోషంగా ఉంటాడని ఎలా అనుకోగలను?"

నేనన్నాను – "నీ నిరాకరణ, పిరికితనం చూస్తే నాలో ప్రేమ పొంగుతుంది. నీ శరీరం ఆ బట్టల్లో దాగి ఉన్నప్పుడు నాలో ఆ ప్రేమ మరింత పొంగుతుంది. నీవు టై కట్టుకుంటున్నప్పుడు, దానికి ముడి వేస్తున్నప్పుడు అది మరీ 'అపరిచితం' అనిపిస్తుంది..."

అతను రెండు చేతులు చాపాడు. నా వేపు వచ్చాడు. మెరుపు వేగంతో నేను అతని బాహువుల్లో వొదిగిపోయాను. అతను పిచ్చివాడిలా గొణిగాడు–

"నేను నిన్ను ప్రేమిస్తున్నాను. నేను నిన్ను ప్రేమిస్తున్నాను" గుసగుసగా అంటున్న అతని మృదుమధుర స్వరం నా చెవుల దగ్గర వినిపించింది.

మరో మాట రాకుండా తన అరచేతిని నా పెదాలపై ఉంచుతూ మరో చేత్తో నన్ను దగ్గరికి లాక్కుని తన బిగి కౌగిట్లో బంధించి నా పెదాలపై తన చూపుడు వేలుతో సున్నితంగా రాస్తూ అన్నాడు–

"పద ! నీవూ–నేను 'జాబిలి' వేపు సాగిపోదాం !"

***

(విపుల,మాసపత్రిక, ఆగస్టు, 2010)

క్యూబా కథ : దోరా అలోంఝూ

ఆమె

ఆమె బిలం నుంచి బయటికి వచ్చింది. ఇది ఎల్లప్పుడూ జరిగేదే. నిజానికి ఆమె ఓ పాతబండిలో నివాసముంటోంది.

ఆమె ఇంటి నుంచి చక్కెరకార్ఖానా దగ్గరున్న కిరాణాకొట్టు వరకూ అత్యంత వేగంతో పరుగెత్తుకుమటూ వచ్చి ఆ బిలంలో దూరిపోవడం ఆమెకు అలవాటే.

ఇంతకీ ఆమె అని సంబోధిస్తున్నది ఎవరినని అనుకుంటున్నారు?

'ఆమె' అంటే ఒక పెద్ద ఎలుక.

అడవిపిల్లిలా కనిపించే బాగా కొవ్వెక్కిన ఆ ఎలుకకు తీక్షణమైన కళ్ళున్నాయి.

కొరడాలా పొడవైన సన్నటి కొనదేలిన తోకవుంది.

ఆమె అక్కడే పుట్టింది. అక్కడి మూలలన్నీ ఆమెకు బాగా తెలుసు.

ఆ రాత్రి...

ఆమె పొట్టలోని పిల్లలు దొర్లసాగాయి.

చిక్కుడు గింజల్ని కొరకడానికి ముందే... ఉప్పుపట్టించిన పంది మాంసాన్ని రుచి చూడటానికి ముందే... అక్కడ రాశులుగా పడివున్న ప్రతీ వస్తువు వైపు దృష్టి సారించక ముందే...తన పొట్ట పగిలిపోతుందేమోనని ఆమెకు అనిపించింది.

పొట్ట పట్టుకుని గిలగిలా తన్నుకుంది.

భరించలేని బాధను పళ్ళ మధ్యన బిగపట్టుకుంది.

కంటి నుంచి రాలుతున్న కన్నీళ్ళ మధ్యన ...

ఆమె పిల్లలు ఒకదాని తర్వాత ఒకటి బయటికి రాసాగాయి...

ఆమె పిల్లల్ని కళ్ళారా చూసుకుంది.

వాటిని సురక్షితమైన స్థలంలో దాచాలన్న ఉద్దేశ్యంతో ఆకొట్టులోని ఓ మూలలో పిండిసంచులున్న చోట ఎవరి కంట పడని నివాసం ఏర్పరుచుకుంది. మరుసటి రోజు

ఉదయం తెల్లవారినా ఆమె ఇంకా కిరాణాకొట్టులోనే ఉండిపోయింది. ఇలా పగటిపూట కొట్టులో ఉండటం అదే మొదటిసారి.

ఆమె మరింత జాగ్రత్త వహించింది.

అయినా ఆమె మనసు కలవరపడుతోంది.

గుండె దడదడలాడుతోంది.

కొట్టు తెరిచారనడానికి గుర్తుగా కొట్టులో సూర్యుడి కాంతి పరుచుకుంది.

మనుషులు తిరుగుతున్న పాదాల చప్పుళ్ళు వినిపించసాగాయి.

వియోగదారులు వచ్చి ఏవేవో అడగటం, వాటిని కొట్టులోని కుర్రాళ్ళు అందివ్వటం అర్థమవుతోంది.

కొట్టు యజమాని కావలసిన వస్తువుల కోసం పిండి సంచుల దగ్గరికి వస్తున్నట్టు అర్థం కాగానే ఆమె వొణికిపోయేది. తన పిల్లల చిట్టిదేహాలను తన వొంటితో కప్పేసేది. తన బిలం పక్కన బరువుగా నేల మీద అడుగులచప్పుళ్లు ఆమెను ఉరుముల్లా భయపెట్టేవి.

నిజానికి ఆ ఉదయం కొట్టు తెరుస్తున్నప్పుడు ఆమె కంగారుగా పరుగులు పెట్టసాగింది.

తను రోజూ కొట్టులోకి ప్రవేశించే మరియు నిర్గమించే మార్గం దగ్గరికి వచ్చింది.

అయితే బయటికి వెళ్ళలేకపోయింది.

బిలం ఉన్న తన పిల్లలు గుర్తుకొచ్చారు.

వెంటనే తన బిలంలోకి దూరి మూతిని పైకెత్తి మిలమిలా మెరుస్తున్న కళ్ళతో భయంగా చూసింది.

భారమైన, బురద మెత్తుకున్న, బూట్లు ధరించిన, రెండు పెద్ద సైజు పాదాలు లోపలికి ప్రవేశించాయి.

గోనె మూటల వెనుక నుండి ముందుకు చాపిన రెండు చేతులను ఆమె చూసింది.

ఒక చేతిలోపెద్ద గరిట కనిపించింది.

ఆ గరిట పీపాలోకి దిగి పైకి వచ్చింది.

పీపా నుండి తీసిన కొవ్వు అందులోంచి బొట్లు బొట్లుగా కారుతోంది.

గరిటను పట్టుకున్న చెయ్యి ఆ కొవ్వును తక్కెడలో పెట్టింది.

"ఎంత కావాలి?"

"అరపౌండు. కొలత సరిగ్గా ఉండనీ. మోకు దండం పెడతా" అంది ఆ స్త్రీ కంఠం దీనంగా.

తల్లి ఎలుక మూతిచాపి ఆ స్త్రీని చూసింది.

ఆ స్త్రీ ముఖం పచ్చగా ఉంది. కళ్ళ చుట్టూ నల్లటి వలయాలు. చక్కెర కార్ఖానా జనం ముఖాలన్నీ అలాగే ఉంటాయి.

తల్లి ఎలుకకు ఆ విషయం తెలుసు.

ఆ స్త్రీ చూపులు తక్కెడ మీదే ఉన్నాయి. తూకంలో మోసం జరగకూడదని ఆమె భావన. తూకంలొ మోసం జరగడాన్ని పట్టుకోవాలన్నట్టు ఆ స్త్రీ చూపులు తక్కెడనే అంటి పెట్టుకుని ఉన్నాయి. అయితే కొవ్వును తూస్తున్న వ్యక్తి ఆమె చూపుల్ని లక్ష్యపెట్టలేదు. అందుకు కారణం గిరాకీలను దోపిడి చేయగల తన యుక్తిని వారు ఊహించడం కూడా అసాధ్యమని అతనికి తెలుసు.

కనురెప్పల చివరల నుండి చూస్తున్న తల్లి ఎలుకకు ఆ స్త్రీ దీనరూపం కనిపించింది.

ఆ స్త్రీ చంకలోని బిడ్డ ఎండిపోయిన పాలిండ్లను చీకుతోంది.

ఆ స్త్రీ అడుగుతున్న మరికొన్ని వస్తువులను ఆ వ్యక్తి చిన్న చిన్న పొట్లాలుగా కౌంటర్ టేబుల్ మీద పెట్టాడు. తర్వాత పెన్సిల్‌ను ఒక చేత్తో కదిలిస్తూ ఇలా అన్నాడు, “నువ్వింకా ఒక ‘పేనో’ బాకీ ఉన్నావు. రాజోమ్ కోతల కాలానికి నీకు ఒక దమ్మిడీ కూడా దొరకదనిపిస్తుంది.”

ఆ స్త్రీ వొణుకుతున్న పెదవులతో ఏదో అంది.

ఆ మాటలు అతనికి వినిపించాయో లేదో?

ఆ స్త్రీ ఆ పొట్లాలను తన చిరిగిన దుస్తుల్లో ముడివేసుకుంది.

అతను నోటుబుక్కులో లెక్క రాసుకున్నాడు.

అది చాలా లావైన నోటుబుక్కు!

ప్రతీరోజూ ఇలాగే జరిగేది.

అవే కంఠాలు వినిపించేవి.

అవే ముఖాలు కనిపించేవి.

తాము చెల్లించిన సొమ్ము విలువకన్నా తక్కువ తూకపు వస్తువుల్నే వారు తీసుకెళ్ళేవారు.

కొవ్వు ఉన్న పీపాలోపల మరికొన్ని క్రిమికీటకాలు మునిగాయి.

వాటి శవాల్ని కెలుకుతూ గరిటె లోలోపలికి దిగేది.

నల్ల రెక్కల జీవులను లావు వేళ్ళు విదిలించి వేరుచేసేవి.

ఒక్క ముక్కనూ వ్యర్థం చేయకుండా ఎంతో జాగ్రత్తగా ఆ చేతులు వ్యాపారం చేసేవి.

లావాటి పుస్తకంలో రోజురోజుకూ లెక్కలు పెరిగిపోతూ ఉండేవి.

చీకటిపడ్డాక, అంగడికి తాళం వేసి యజమాని ఇంటికి వెళ్ళిపోయాక ఆ తల్లి ఎలుక యథేచ్ఛగా తిరిగేది. కంటపడ్డదంతా తినేది. దాని పిల్లలు అలాగే తినేవి. అవి కూడా తల్లి నుంచి జాగ్రత్తగా ఉండటం నేర్చుకున్నాయి.

కొన్నాళ్లకు ఆ ఎలుకపిల్లలు బలిష్ఠంగా తయారయ్యాయి.

చురుగ్గా మారాయి.

తల్లి క్రమంగా వాటిపట్ల జాగ్రత్త వహించడం మానేసింది.

పిల్లలు కలసికట్టుగా అంగడి మొత్తం ఎలాంటి భయం లేకుండా సంచరించేవి. తినుబండారాలపై తమ పంటిగుర్తులను, గోళ్ళగీతలను, తమ మృదువైన వెంట్రుకలను వదలి వెళ్ళేవి.

వాటితోపాటు నానా రకాల చీమలు, పురుగులు అక్కడ నివసించేవి.

ఆ వ్యక్తి వాటిని పట్టించుకునేవాడు కాదు. వాటిపట్ల ఔదార్యం చూపేవాడు. సానుభూతితో ప్రవర్తించేవాడు.

ఆ తల్లి ఎలుక అటు తరువాత చాలా సార్లు పిల్లల్ని కన్నది.

రాత్రయితే చాలు అక్కడ చాలా గొడవగా ఉండేది.

అక్కడున్న జీవులన్నీ విందులు చేసుకునేవి.

నిత్యం జరిగే విందుల వల్ల ప్రతీ వస్తువులోనూ ఎలుకలు, బొద్దింకల వాసన. మూసిన అంగడి లోపల పులిసిన వాసనతో కూడిన వాతావరణంలో రెక్కలు ఆక్కడ్నుంచి ఇక్కడకు ఎగిరేవి. మూతలు అక్కడ్నుంచి ఇక్కడకు జరిగేవి. చీకట్లోనే అవి ఒకదానికొకటి ఢీకొంటూ, పక్కకు తప్పుకుంటూ, పడుతూ, లేస్తూ, చీకట్లో అటూ ఇటూ పరిగెడుతూ ఆ కొట్టంతా కలయ తిరిగేవి.

ఆ వ్యాపారపు లెక్క పత్రాలను ఖాతాదారులెవరూ ఉంచేవారు కాదు.

ఉన్న లెక్కంతా ఆ పెద్ద పుస్తకంలోనే నిక్షిప్తమై ఉండేది.

ఓ రోజు...

ఆ ఎలుక పాలిట, ఆ కొట్టులోని ఇతర జీవరాసుల పాలిట, ఆకొట్టు యజమాని పాలిట అన్నీ తలకిందులయ్యాయి.

అలా కావడానికి కారకులు ఆ మనుషులే !

కిరాణా సామాన్లు కొనడానికి వచ్చే పచ్చుటి ముఖాల మనుషులు...

కళ్ళ చుట్టూ నల్లటివలయాలున్న మనుషులు...

ఎముకల గూడులా ఉన్న మనుషులు...

మూకుమ్మడిగా వచ్చారు.

ఐకమత్యంతో అంతా కలసికట్టుగా వచ్చారు.

వాళ్ళలో ఎన్నాళ్ళుగానో అణుచుకున్న మౌన రోషం లావాలా ఎగజిమ్మింది.

కళ్ళ నిప్పులు రాలుస్తూ, కోపంతో బుసలు కొడుతూ వచ్చిపడ్డారు.

కుళ్ళిన ప్రతీ సంచి, క్రిమికీటకాల ప్రతీ గూడు, ప్రతీ ఎలుక బిలమూ ఒక్కసారిగా ప్రాణభయంతో వణికిపోయాయి.

కొద్ది సమయంలోనే అంతా జరిగిపోయింది.

కొట్టు నామరూపాలు లేకుండాపోయింది.

ఆ లావాటి పుస్తకం వాళ్ళ పాదాల కింద నలిగింది.

చిరిగిపోయిన దాని పేజీలన్నీ ఎండుటాకుల్లా గాల్లోకి ఎగిరిపోయాయి.

పురుగులు కొరికిన గోనెసంచులు నేలదొర్లాయి.

పీపాలూ కిందికి దొర్లాయి.

చిట్టచివరికి ఆ వ్యక్తి కూడా నేలకూలాడు.

బహుదీర్ఘకాలపు భీభత్స ఇతిహాసం నుండి కలుషితమైన ఆ భయంకరమైన గూళ్ళపై తెల్లటి సున్నపు నీటిలో అద్దిన కుంచెలా పగటి వెలుతురు ప్రసరించింది.

***

(ప్రజాశక్తి, 31 జూలై , 2011)

ఈజిప్ట్ కథ : సమీరా అజ్జామ్

కిరాయి కన్నీళ్ళు

పరస్పర విరుద్ధమైన ఆ రెండు కళలు ఖానమ్ రక్తంలో ఎలా ఇమిడాయో నాకైతే తెలియదు. పెళ్లి నిశ్చితార్థాల్లోనూ, పెళ్లి మహోత్సవాల్లోనూ పాటలు పాడటంలో ఆమె ఎంత సమర్థురాలో, శవసంస్కారాల్లో గుండెలు బాదుకుంటూ ఏడ్వడంలోనూ ఆమె అంతే ఉద్దండురాలు. ఆమెను చూడటానికి ముందే ఆమె గురించి 'అన్ని' విషయాలూ విన్నాను. ఆ తర్వాత కొద్దిరోజులకే మా ఇంటి సమీపంలో ఎవరో టపా కట్టారు. అప్పుడే నాకు ఆమె 'శోక కళ' ప్రావీణ్యపు పరిచయ భాగ్యం కలిగింది.

నేను ఆయేషా చేయి పట్టుకుని గుంపు కట్టిన జనంలోంచి దారి చేసుకుని ఆ ఇంటి ముంగిట్లోకి వచ్చేసరికి అక్కడ మాలాంటి 'ఏమీ తెలియని' వారెందరో పాడె కడుతున్న దృశ్యాన్ని చూస్తూ నిలబడి ఉన్నారు. మేము దూరంలోనే నుంచున్నాం నిట్టూర్పులు, వెక్కిళ్లు, రోదనలు, గుసగుసలు మా చెవుల్ని తాకసాగాయి. హఠాత్తుగా అక్కడ భూకంపం వచ్చిన అనుభూతి కలిగింది. దబదబ గుండెలు బాదుకుంటూ, ఫ్యాక్టరీ సైరన్‌లాంటి కంఠంతో కేకలు పెడుతూ అక్కడ ఖానమ్ ప్రత్యక్షమైంది. తలుపుల దగ్గర నుంచున్న వారిని అటూ ఇటూ తోసేస్తూ నేరుగా శవం దగ్గరికి చేరుకుంది. తన బురఖా తీసేసింది. జేబులోంచి నల్లటి కర వస్త్రాన్ని తీసి తలకు చుట్టుకుని ఒక్కసారిగా ఆర్తనాదం చేసింది.

అబ్బా! ఆ ఆర్తనాదపు తాకిడికి నా గుండె గజగజ వణికింది. ఆ తర్వాత ఆడవాళ్లను పక్కకు తోసేసి నీళ్ళు నింపిన కుండ దగ్గరికి వెళ్ళి చేత్తో నీళ్ళు తీసుకుని ముఖం మీద చల్లుకుంది. ఆమె మళ్ళీ శవం దగ్గరికి వచ్చేసరికి ముఖానికి పులుముకున్న సురమా, పౌడర్, రోజ్- అంతా నీళ్ళ వల్ల కరిగిపోయాయి. అవన్నీ ఒకదానిలో ఒకటి కలగలసి ముఖమంతా పరుచుకుని భయం గొలిపే చారలు, చారలుగా రూపుదిద్దుకున్నాయి. ఈ

ఒక్క అబ్రా అనే కాదు, ఊళ్లో ఏ పెద్ద మనిషి గుటుక్కుమన్నా అక్కడ ప్రత్యక్షమవుతుంది. గుండెలు బాదుకుంటూ ఏడుస్తుంది.

చనిపోయిన వ్యక్తి బంధువుల సంబంధ బాంధవ్యాలన్నీ గుర్తుకు తెచ్చుకుని మరణించిన వ్యక్తి వాళ్లను ఎలా అభిమానించేవాడో ఆ సంగతులన్నీ సవివరంగా వర్ణిస్తోంది. ఆమె అలా గొంతు చించుకొని ఏడ్వటం- ఆ తర్వాత ఆమెకు లభించే 'దక్షిణ' కోసమేనని అక్కడున్న వారందరికీ తెలిసిన విషయమే. అయితే ఆమె అక్కడి శూన్య వాతావరణంలో ఒకవిధమైన దుఃఖాన్ని స్మశాన సన్నివేశాన్ని సృష్టించడంలో సఫలీకృతమైంది. ఖననాంతరం అలసిసొలసిన వాళ్ళందరికీ భోజనాలు వడ్డించడానికి కంబళి పరిచారు. భోజనానికి ముందు చేతులు కడుక్కోవటానికి చొక్కా చేతుల్ని పైకి మడిచినవారిలో ఆమె అందరికంటే ముందుంది. దేవుడిని తలుచుకుంటూ అన్నం ముద్దను గొంతులోకి దించేవారిలోనూ ఆమెయే తొలివ్యక్తి. అంతటితో ఆగకుండా భోజనం ముగించగానే ఆహారపదార్థాలను పార్శిల్ కట్టుకుంటూ 'నా బిడ్డకు కాసింత పట్టుకెళతాను. చావు కబురు విన్నాక ఆమెకు స్వయంగా వంట చేసుకోవటానికి మనసెలా ఒప్పుతుందో మీరే చెప్పండి? పైగా తిథి భోజనం చేస్తేనే పుణ్యఫలం లభిస్తుంది. ఎంతైనా ఇది ప్రసాదం' అంది. అక్కడ ఆమె ఉనికి ఎంత అనివార్యమో అప్పుడే నాకు అర్థమైంది.

***

కొన్నాళ్ళ తరువాత మేము ఒక పెళ్ళికి అతిథులుగా వెళ్ళాం. అక్కడి దృశ్యం చూసి ఆశ్చర్యపోయాం. ఎందుకంటే తలుపు దగ్గర నుంచొని స్వాగతం చెప్పేవాళ్ళల్లో అందరికంటే ముందునుంచున్న వ్యక్తి ఆమే. తన ఒత్తయిన జుత్తును రంగురంగుల క్లిప్పులతో అలంకరించుకుంది. నోటినిండా మిఠాయి కుక్కుకుంటూ, గట్టిగా మాట్లాడుతూ, నవ్వులు చిందిస్తూ, భుజాలు తట్టి అందర్నీ పలకరిస్తూ ఎక్కడ చూసినా తనే అన్నట్టు పాదరసంలా తిరుగుతోంది. పెళ్ళి మంటపమైనా, స్మశాన వాటికైనా ఆమె దృష్టిలో రెండూ ఒకటేలా ఉన్నాయని నాకు అప్పుడు అనిపించింది. వంటవాడి దగ్గరికి వెళ్ళి వంటకాల్లో ఉప్పు, కారం సరిగ్గా ఉందో లేదో రుచి చూసింది.

శాస్త్ర ప్రకారం పాతివ్రత్యం గురించి పాటలు పాడింది. (వధూవరులు నూరేళ్లు సుఖసంతోషాలతో బతకాలి అని ఆశీర్వదించింది. అందరినోళ్ళలోనూ ఆమె పేరే!

***

అవి వేసవి రోజులు. మండే సూర్యుడు నిప్పులు చెరుగుతున్నాడు. ఎక్కడ చూసినా టైఫాయిడ్ జ్వరం వ్యాపించింది. ఖానమ్‌కు ఆ రోజుల్లో శుక్రదశ పట్టినట్టయింది. ప్రతిరోజూ మూడు, నాలుగు చావులకు హాజరై నిర్విరామంగా ఏడవసాగింది. అదృష్టదేవత తలుపుల్ని బార్లా తెరిచింది 'మరణం' ఆమె చేతికి డబ్బు సంచిని అందించింది.

చివరికి ఒకరోజు చావు చప్పుడు చేయకుండా నిశ్శబ్దంగా ఖానమ్ ఇంట్లో కూడా జొరబడింది. ఆమెకున్న ఒక్కగానొక్క కూతుర్ని టైఫాయిడ్ క్రిములు ఆక్రమించుకున్నాయి. ఖానమ్ రాత్రీపగలూ మొక్కుబడులు కట్టుకుంది. దర్గాలకు తిరిగింది. యమపాశం కన్నీళ్ళకు కరగలేదు. ఆ రాత్రి ఖానమ్ తలుపులు తెరిచింది. మృత్యుదేవత ఖానమ్ కూతురును తీసుకెళ్ళింది. తెల్లవారగానే ఈ వార్త కార్చిచ్చులా ఊరంతా వ్యాపించింది. 'ఖానమ్ తన ఒక్కగానొక్క కూతురికి ఎలా శ్రద్ధాంజలి ఘటిస్తుందో చూద్దాం' అని అనుకుంటూ జనం అక్కడికి చేరుకున్నారు.

ఆమె ఒక్కసారి ఆర్తనాదం చేస్తే చాలు, భూమి బ్రద్దలవుతుంది. ఆకాశం విరిగిపడుతుంది అని జనం అనేవారు. ఆ గదిలో సుమారు ఇరవై అయిదు, ముప్ఫైమంది కూర్చోగలిగినంత స్థలం ఉంది. ఖానమ్ కంఠం ఎక్కడా వినిపించలేదు. నేను కంగారుగా ఆమె కోసం వెతకసాగాను. చివరికి ఆమె కనిపించింది. గదిలోని ఓ మూలలో మౌనంగా కూర్చుని ఉంది. తలకు నల్ల వస్త్రాన్ని చుట్టుకోలేదు. చెంపలపై చారలు లేవు. కళ్ళల్లో నీళ్ళు లేవు. కేకలు లేవు. ఆర్తనాదాలు లేవు.

అంతటా భయాన్ని గొలిపే నిశ్శబ్దం.

మొట్టమొదటిసారిగా అనాథ భావనతో అలసిపోయిన ఖానమ్‌ను చూశాను. ఒట్టి అనుభవాల ముద్ద. కాలిగోటి నుంచి తల ముడి వరకు శోకమే రూపుదాల్చిన మూర్తిలా కనిపిస్తోంది. బాధవల్ల, గర్భశోకం వల్ల మూగదైన, మౌనియైన వ్యక్తిని చూశాను. అణువణువూ మౌనం నింపుకున్న ఆ స్త్రీని చూసి భయం కలిగింది. కొందరు వెక్కివెక్కి ఏడ్వసాగారు. ఖానమ్ వారి వేపు మెరుపులా తిరిగి గుర్రుగా చూసింది. శవాన్ని ఎత్తటానికి మనుషులు వచ్చారు. ఖానమ్ గుండెలు బాదుకోలేదు. శవవాహకులకు అడ్డుపడలేదు. ఏడవలేదు. ఆర్తనాదాలు చేయలేదు. పెడబొబ్బలు పెట్టలేదు. నిశ్శబ్దంగా నుంచుంది. మౌనంగా వాళ్లను అనుసరించింది. ఈ విషయం గురించి నలుగురు నాలుగు రకాలుగా మాట్లాడుకున్నారు.

'కడుపుకోత వల్ల పిచ్చిదయిపోయింది', 'అవును, పిచ్చిదై మూగదైంది', 'కూతురు కోసం కార్చడానికి ఆమె దగ్గర కన్నీరు ఎక్కడుంది?'

అంతలో అయేషా ఇలా అంది–

'ఖానమ్ దగ్గర కిరాయి కోసం కన్నీళ్లు దొరికేవి. ప్రతి కన్నీటిబొట్టుకూ లెక్కగట్టి కిరాయి వసూలు చేసుకునేది. అయితే ఇప్పుడు చనిపోయింది ఆమె కన్న కూతురు. ఆమె కన్నీళ్ళకు కిరాయి ఇవ్వగలరా?'

***

(సాక్షి, దినపత్రిక, 21 జూలై, 2011)

గ్రీకు కథ : లిలికా నాకోస్

మాతృత్వం

మార్సెలిస్ నగర సరిహద్దులో వాళ్ళు విడిదిచేసి అప్పటికే నెల గడిచింది. ఆర్మేనియన్ నిరాశ్రితుల ఆ శిబిరం ఒక పల్లె రూపాన్ని సంతరించుకుంది. వాళ్ళు ఎక్కడంటే అక్కడే బిడారాలు వేసేవారు. దనవంతులు డేరాలోపల ఉంటే ఇతరులు పూరిగుడిసెలను ఆశ్రయించేవారు. అధిక సంఖ్యలోని జనం ఏమీ దొరకక నాలుగు గుంజలను పాతి వాటి మీద జంబుఖానా బిగించి దాని కిందే నివసిస్తున్నారు. తొంగి చూసేకళ్ళకు అడ్డుగా గోడలా, నాలుగు వైపులా వేలాడదీయడానికి ఏవైనా రేకులు దొరికితే అదే అదృష్టం అనుకుంటున్నారు వాళ్ళు. తమ, తమ పిల్లల కడుపు నింపటానికి మగవాళ్ళు అదీ ఇదీ అనక ఏదో ఒకపని చేసేవారు.

వాళ్ళందరిలో మికాలి మాత్రం ఏమీ చేసేవాడు కాదు. ఇరుగుపొరుగు వారెవరైనా తమకు తోచినపుడు ఏదైనా ఇస్తే తినేవాడు. అది కూడా అతడి మనసును బాధించేది. అతడు పదినాలుగేళ్ళకే దృఢంగా పెరిగాడు. అయితే అప్పుడే కళ్ళు తెరిచిన పసిబిడ్డ అక్షరాల అతడి వీపుకు గంటుపడివుందని చెప్పొచ్చు. అలాంటప్పుడు అతను పనేలా చేస్తాడు? పుట్టిన వెంటనే తల్లిని కోల్పోయిన ఆ పసిబిడ్డ రాత్రీపగలూ ఏడ్చి ఏడ్చి తన ఆకలిని లోకానికి చాటింది. అతని దేశస్థులే ఆ బిడ్డ నిరంతర రోదనలకు విసిగి అతనిని దూరం చేసినపుడు ఇక ఇతరులు ఎవరు అతనిని పిలిచి పని ఇస్తారు? మికాలికి కూడా ఆ బిడ్డ ఏడ్పు విని విని దిక్కుతోచనట్టయ్యింది. నిద్రలేక అలసిపోయాడు. ఏం చేయాలో తోచక దారితప్పిన ఆత్మలా తిరగసాగాడు. అతని దురదృష్టానికి, ఆ బిడ్డ దురదృష్టానికి, పుట్టినందుకుగానూ ఆ చెడ్డ ఘడియను ఎంచుకున్న బిడ్డ భారం ఆతని తల మీద పడింది. తమ కష్టాల్లోనే మునిగిపోయిన జనం ఈ బిడ్డ పేచిని భరించలేక అది చనిపోతే చాలని అనుకునేవాళ్ళు.

అయితే అలా జరగలేదు. జీవించాలనే పట్టుబట్టినట్టు పుట్టిన బిడ్డ మరింత గట్టిగా ఏడ్చి తన ఆకలిని తెలియజేసేది. విసుక్కుంటూ ఆడవాళ్ళు చెవులను మూసుకునేవాళ్ళు.

మత్తెక్కినట్టు ఊగుతూ మికాలి అటూ ఇటూ తిరుగుతూవుండేవాడు. బిడ్డకు పాలు కొనటానికి అతని జేబులో చిల్లర నాణ్యమూ లేదు. శిబిరంలోని ఆడవాళ్ళలో ఎవరూ బిడ్డకు పాలిచ్చే స్థితిలో లేరు. పిచ్చెక్కడానికి ఇంకేమి కావాలి? ఒక రోజు ఆకలికి తట్టుకోలేక మికాలి శిబిరానికి మరొక పక్కన అనతోలివారు ఉన్నవైపుకు వెళ్ళాడు. వాళ్ళు కూడా ఏష్యామైనర్‌లో టర్కీ జరిపిన హత్యాకాండ నుంచి తప్పించుకుని వచ్చారు. అక్కడొక బాలింత ఉందని ఎవరో మికాలికి చెప్పారు. ఆమె అయినా బిడ్డ మీద దయ చూపవచ్చని మికాలి అక్కడికి పరుగు తీశాడు.వారి శిబిరం కూడా తను ఉన్న శిబిరంలాగే ఉంది. గడ్డి చాప మీద కూర్చున్న ముసలివాళ్ళు, బురదలో ఆడుకుంటున్న వొట్టి కాళ్ళతో పిల్లలు, అక్కడి పరిస్థితిని అద్దం పట్టింది.

అతను అక్కడికి రావటం చూసి కొందరు ముసలివాళ్ళు లేచొచ్చి “ఏమిటి విషయం?” అని అడిగారు. అతను జవాబివ్వకుండా పవిత్ర కన్యకా చిత్రం వేలాడుతున్న ఒక దేరా వైపు నడిచాడు. దేరాలోంచి పసిబిడ్డ ఏడ్పు వినిపిస్తోంది.

“పూజనీయురాలైన మేరి పేరిట దయచూపి ఈ అనాథ శిశువుకు కొంచెం పాలు తాగించండి. నేనొక పేద ఆర్మేనియన్ నిరాశ్రితుణ్ణి” అని అతను గ్రీకు భాషలో అడిగాడు.

అతడి కంఠం విని ఒక అందమైన స్త్రీ బయటికి వచ్చింది. ఆమె చంకలోని బిడ్డ తన్మయత్వంతో కళ్ళు మూసుకుని పాలు తాగుతోంది. “బిడ్డను చూద్దాం. ఆడనా, మగనా?” అంది.

మికాలి హృదయం ఆనందంతో ఎగిరి గంతులేసింది.అంతలో ఇరుగు పొరుగూరు చాలామంది అతని చుట్టూ చేరారు.అతని భుజం మీదున్న సంచిలో ఉన్న పసిబిడ్డను బయటికి తీయటానికి అతనికి సహాయపడ్డారు. బిడ్డకు కప్పిన బట్టను పక్కకు జరపగానే అక్కడున్న వాళ్ళందరూ కుతూహలంతో తొంగి చూశారు.

మరుక్షణం హాహాకారాలు చేశారు.

ఆడవాళ్ళు భయంతో కేకలు పెడుతూ వెనక్కి అడుగు వేశారు.

మానవశిశువులా కనిపించటానికి అక్కడ ఏమీలేదు. క్షీణంగా ముడుచుకున్న ఆ బిడ్డ శరీరంలో తల మాత్రం పెద్దగా కనిపిస్తోంది. నిరంతరంగా బొటనవేలిని చీకుతుండటం వల్ల అదిప్పుడు నోట పెట్టడానికి సాధ్య కానట్టు లావుగా వాచి ఉంది. అదొక భయానక దృశ్యం.

మికాలికూడా భయంతో వెనకడుగు వేశాడు.

ఒక ముసలిది అంది–

"దేవుడా, ఇది పిశాచి. నెత్తురు తాగే పిశాచి. బిడ్డ కాదు. ఒక వేళ నా దగ్గర పాలు ఉన్నా ఇచ్చేదాణ్ణి కాదు"

మరొకామె, "ఇది క్రైస్తవుల శత్రువు" అంది

మరొక ముసలిది ముందుకొచ్చి, "ఇది సైతాన్ రూపమే. దురదృష్టవంతుడా, ముందు ఇక్కడ్నుంచి నడువు. మరొకసారి ఇటువైపు కాలు పెట్టకు. మా అందరికీ ఆశుభం కలగటం తథ్యం" అని అరిచింది.

వాళ్ళందరూ కలసి మికాలిని బెదిరించి అక్కడ్నుంచి తరిమారు. అతను

ఆ లేతప్రాణాన్ని ఎత్తుకుని కన్నీరు కారుస్తూ అక్కడ్నుంచి వెనుదిరిగాడు.

ఏమీ చేయడానికి దారి కనిపించలేదు. ఆకలితో చావటమే ఆ బిడ్డకు రాసి పెట్టినట్టుంది. ఒక విధమైన తీవ్రమైన ఒంటరితనం, అనాథననే భావం మికాలిని ఆవరించింది. నిజంగానే బిడ్డ పిశాచి అయిండొచ్చుననే భయమూ మికాలిని వేధించింది.

ఎండ కాలుస్తోంది.

ఆతను గుడిసెలోకి వచ్చి కూర్చున్నాడు.

ఎదుట పొడుగ్గా ఒళ్ళు చాపి పడుకున్న కారడవి.

ఎక్కడో మధ్యాహ్నపు గంట మోగింది.

నిన్నటి నుంచీ తను ఖాళీ కడుపుతో ఉన్నట్టు అతనికి గుర్తొచ్చింది. రోడ్డు పక్కనో లేదా హోటల్ వెనక భాగంలోనో తచ్చాడి సగం తిని వొదిలేసిన పదార్థాలను మింగటం అతనికి అనివార్యమైంది. లేదా కసువు తొట్టిలో కుక్కలు తినకుండా వొదిలేసిన పదార్థాలను తినాలి.

ఒక్క క్షణం జీవితపు బీభత్సం అతణ్ణి గాఢంగా కుదపటంతో మికాలి తన ముఖాన్ని చేతుల్లో దాచుకుని హృదయవిదారకంగా రోదించసాగాడు.

మికాలి తలెత్తినపుడు ఎవరో తన ముందు నుంచుని ఉండటం కనిపించింది. మికాలి ఆ చైనీయుడిని గుర్తుపట్టాడు. అతను అప్పుడప్పుడు చిన్నచిన్న కాగితపు సామాన్లు,అంత్రాలు,తాయెత్తులు అమ్మటానికి వారి శిబిరానికి వచ్చేవాడు. అయితే ఎవరూ అతడి నుంచి ఏమీ కొనేవారుకారు. అతడి ఒంటి రంగును, మెల్లకన్నును ఎగతాళి చేసే జనమే ఎక్కువ. పిల్లలు అల్లరిగా అరుస్తూ అతని వెంటపడేవారు.

అతను మృదువుగా తనవైపు చూసి ఏదో చెప్పటానికి ప్రయత్నించటం మికాలికి అర్థమైంది. చివరికి చైనీయుడే ధైర్యం తెచ్చుకుని-

"నువ్వు ఏడవకు బాబు, నా వెంట రా" అన్నాడు.

మికాలి రానన్నట్టు తల అడ్డంగా ఊపాడు. అతడికి అక్కడి నుంచి పారిపోవాలనిపించింది. అతను ఇలాంటి తూర్పుభాగంవారి క్రూరకృత్యాల గురించి వందలాది భయానక కథలను విన్నాడు. చైనీయులు యూదుల్లా క్రైస్తవ పిల్లలను దొంగిలించి చంపి నెత్తురు తాగుతారని శిబిరంలోని జనం అనుకోవటం అతను విన్నాడు.

అయినా ఆ వ్యక్తి నుంచున్న చోటు నుంచి కదల్లేదు. ఎంతగా భయం వేస్తున్నా అతనేదైనా సహాయం చేయవచ్చని మికాలి అతడిని అనుసరించాడు. ఇంకా ఎంత చెడు తనకు కలుగటానికి సాధ్యమని అనుకుంటూ నడుస్తూ కాళ్ళకు ఏదో తగిలి మికాలి ముందుకు తూలిపడబోయాడు. చైనీయుడు చప్పున ముందుకు వచ్చి పడకుండా పట్టుకుని బిడ్డను అతడి చేతుల్లోంచి తీసుకుని ఎదకు హత్తుకుని పట్టుకున్నాడు.

వాళ్ళు నిర్జన ప్రదేశాన్ని దాటి ఇరుకైన ఒక సందులో ప్రవేశించారు.

సందు చివరన చిన్నపూల తోట మధ్యన చెక్కలతో నిర్మించిన ఒక ఇల్లుంది.

చైనీయుడు ఆ ఇంటి తలుపుల ముందు నుంచుని రెండుసార్లు చప్పట్లు కొట్టాడు.

మృదువైన అడుగులచప్పుడు వినిపించింది.

ఒక చిన్న వయసు స్త్రీ తలుపు తెరిచింది.

వాళ్ళను చూడగానే ఆమె ముఖం సంతోషంతో వికసించింది.

ఆమె వంగి వందనం చేసింది.

మికాలి సందేహిస్తూ అక్కడే నిలబడ్డాడు.

“లోపలికి రా బాబు, భయపడకు, ఈమె నా భార్య” అన్నాడు చైనీయుడు.

మికాలి మెల్లగా లోపల అడుగు పెట్టాడు.

కొంచెంపెద్దగా ఉన్న గదిని కాగితపు గోడ రెండుగా విభజించింది.

పేదరికపు ఛాయలు కనబడుతున్నా ఆ గది శుభ్రంగా, పొందికగా ఉంది.

మూలన ఊయల ఊగుతోంది.

ఆమె మికాలిని చూసి చిన్నగా నవ్వి అంది,“అది నా బిడ్డ, అది ఎంత ముద్దుగా ఉందో చూద్దువురా” అంది.

మికాలి ఊయల దగ్గరికి నడిచి ఊయలలోకి తొంగి చూశాడు. బొద్దుగా ఉన్న రోజుల బిడ్డ బంగారు వర్ణపు శాలువను కప్పుకుని రాచబిడ్డలా పడుకునివుంది.

భర్త ఆమెను దగ్గరగా పిలిచి చాప మీద కూర్చోమన్నాడు.

ఆమె కూర్చుంది.

అతను మాట్లాడకుండా ఆకలితో ఏడుస్తున్న బిడ్డను ఆమె తొడమీద పడుకోబెట్టాడు.

ఆశ్చర్యంతో ఆమె బిడ్డకు కప్పిన గుడ్డను జరిపి చూసింది.

అస్థిపంజరంలా ఉన్న బిడ్డను చూసి ఆమె నోటి వెంబడి కరుణాభరితమైన శబ్దం వెలువడింది.

ఆమె బిడ్డను ఎదుకు హత్తుకుని దానినోటికి తన రొమ్మును అందించింది.

అటు తరువాత సిగ్గుతో, పాలు పొంగి ప్రవహిస్తున్న తన స్తనాన్ని ఒత్తి ఒత్తి చీకుతున్న బిడ్డను బట్టలో మరుగుపరిచింది.

***

(ఆదివారం ఆంధ్రప్రభ – 17 మే 2015)

❊

ఆంగ్ల కథ : అగాథా క్రిస్టీ

తొమ్మిది తలల రాక్షసుడు

తన ఎదుట కూర్చుని ఉన్న వ్యక్తిని ఎర్క్యుల్ ప్యారో ఆసక్తిగా చూశాడు.

ఆ వ్యక్తి పేరు డా. చార్లెస్ ఓల్డ్‌ఫీల్డ్. అతడికి సుమారు నలభై ఏళ్ళుండొచ్చు. అతడిది బంగారు రంగు జుత్తు. కణతల దగ్గర కాస్త నెరిసింది. అతడి నీలిరంగు కళ్ళలో బాధా వీచికలు తొంగి చూస్తున్నాయి. కుర్చీలో అతను ముందుకు వాలి కూర్చున్న పద్ధతి చూస్తే అతడు ఎందుకో సంకోచిస్తున్నట్టు అనిపిస్తోంది. అంతే కాకుండా అతను వచ్చిన విషయాన్ని చెప్పటానికి వెనుకాడుతున్నట్టు కనిపిస్తోంది.

ప్యారో అతడి వైపు ప్రశ్నార్థకంగా చూశాడు.

"మిస్టర్ ప్యారో! ఒక విచిత్రమైన సమస్యతో మీ దగ్గరికి వచ్చాను. అయితే ఇక్కడికి వచ్చిన తరువాత విషయాన్ని తెలియజేయటానికి ఎందుకో సంకోచం కలుగుతోంది. ఎందుకంటే ఈ విషయంలో ఎవరికీ ఏమీ చేయడానికి సాధ్యం కాదని నాకు అర్థమైంది" అన్నాడు డా. ఓల్డ్‌ఫీల్డ్.

"సాధ్యాసాధ్యాల విషయం నాకు వొదిలేయండి" అన్నాడు ప్యారో.

ఓల్డ్‌ఫీల్డ్ తడబడుతూ "నేనెందుకు అలా భావించానో నాకు తెలియటం లేదు, బహుశా..." అంటూ మధ్యలో మాటలు ఆపాడు.

"బహుశా నేను సహాయపడవచ్చుని. మీరు మీ సమస్యను దాపరికం లేకుండా నాకు తెలిపితే... బహుశా నాకు సాధ్యం కావచ్చు" అన్నాడు ప్యారో డా. ఓల్డ్‌ఫీల్డ్‌ను పరిశీలనగా చూస్తూ.

ఓల్డ్‌ఫీల్డ్ "చూడండి, పోలీసుల దగ్గర ఈ సమస్యను తీసుకెళ్ళలేను. వాళ్ళేమీ చేయలేరు. అయినా రోజులు గడుస్తున్న కొద్దీ అది తీవ్రంగా మారుతోంది. నాకేం చేయాలో తోచటం లేదు" అన్నాడు నిరాశ నిండిన కంఠంతో.

"ఇంతకీ తీవ్రంగా మారేది ఏమిటి?"

"వదంతి! ఈ విషయం పైకి చాలా సరళంగా కనిపిస్తుంది మిస్టర్ ప్యారో. ఏడాది క్రితం నా భార్య జబ్బుతో బాధపడుతూ చనిపోయింది. అయితే ఊళ్ళోవాళ్ళు నేనే ఆమెను విషప్రయోగంతో చంపానని అనుకుంటున్నారు" అన్నాడు డా. ఓల్డ్‌ఫీల్డ్.

"అలాగా, అది సరే, పోనీ మీరే చెప్పండి. మీరు మీ భార్యపై విషప్రయోగం చేశారా?" ప్యారో సూటిగా అడిగాడు.

"మిస్టర్ ప్యారో!" అంటూ గబుక్కున లేచి నుంచున్నాడు డా. ఓల్డ్‌ఫీల్డ్.

"ఓ.కే...ఓ.కే.. ముందు మీరు కూర్చోండి. ఇప్పుడు మీరు మీ భార్యపై విషప్రయోగం చేయలేదనుకుందాం. అయితే మీ వైద్యశాల ఉన్నది ఓ చిన్న పల్లెటూరులో..."

"అవును, మార్కెట్ లఫ్‌బరా- బార్క్‌షైర్‌లో. సాధారణంగా ప్రజలు అతిగా కబుర్లు చెప్పుకునే ప్రదేశం. అయితే ఈ స్థాయికి దిగజారుతారని నేను ఖచ్చితంగా భావించలేదు" అంటూ తన కుర్చీని కాస్త ముందుకు లాగి కూర్చుని, "మిస్టర్ ప్యారో! నా అనుభవం ఎంత చేదుగా ఉందో మీరు ఊహించలేరు. మొదట్లో ఏం జరుగుతూవుందో నాకు ఆవగింజంత కూడా అర్థం కాలేదు. ప్రజలు నేను ఎదురుపడితే నన్ను తప్పుకు తిరగటం గమనించాను. బహుశా అందుకు కారణం నేను ఈ నడుమ భార్యను కోల్పోవటం కారణమని నాకు నేను నచ్చజెప్పుకున్నాను. అయితే రాను రాను అది కొటొచ్చేట్టు కనిపించసాగింది. నా వైద్యశాలకు రోగులు రావటం తగ్గింది. నేనెక్కడికి వెళ్ళినా ప్రజలు గుసగుసలాడుకోవటం చూశాను. ఒకటి రెండు ఆకాశ రామన్న ఉత్తరాలూ వచ్చాయి" ... అతను క్షణం ఆగి మళ్ళీ కొనసాగించాడు, "ఈ విషయంలో ఏమి చేయాలో నాకు తోచటం లేదు. ఏవిధంగా ఈ అబద్ధాల, సంశయాల కుట్రకు విరుద్ధంగా పోరాడాలో తెలియటం లేదు. సూటిగా చెప్పనప్పుడు ఎలా పరిష్కరించగలం? మీరే చెప్పండి? నేను నిస్సహాయంగా వలలో చిక్కుపడ్డ జీవిలా విలవిలా కొట్టుకుంటున్నాను".

ప్యారో ఆలోచిస్తూ గంభీరంగా అన్నాడు, "నిజమే! 'వదంతి' అనేది లర్నా సరస్సులోని తొమ్మిది తలల సర్పంలా ఒక దెబ్బకు చావదు. ఒక తలను నరికిన వెంటనే దాని స్థానంలో రెండు తలలు పుట్టుకొస్తాయి."

"అవును మి.ప్యారో, మీరు సరిగ్గా చెప్పారు. చివరి ఆశతో మీ దగ్గరికి వచ్చాను. కానీ ఈ విషయంలో మీరు కూడా నాకు సహాయపడగలరని అనుకోలేకపోతున్నాను" .

"నాకూ అలాంటి నమ్మకం లేదు. అయినా మీ సమస్య నాలో ఆసక్తిని కలిగించింది. ఈ అనేక తలల రాక్షసుడిని నిర్మూలించాలన్నది నా ఆశయం. అన్నిటికన్నా ముందు ఈ

పాడు గుసగుసలు పుటుకొచ్చిన సన్నివేశాలను కాస్త వివరించండి. ఏడాది ముందు మీ భార్య చనిపోయిందని చెప్పారు. ఆమె మరణానికి కారణం ఏమిటి? అంటే ఎలా చనిపోయారు? ఏ జబ్బుతో చనిపోయారు?" అని ప్యారో అడిగాడు.

"పొట్టలోని అల్సర్‌తో" అన్నాడు డా. ఓల్డ్‌ఫీల్డ్.

"చనిపోయిన తరువాత పోస్ట్‌మార్టం చేయించారా?" ప్యారో అడిగాడు.

"లేదు. చాలా కాలంగా ఆమె అల్సర్‌తో బాధపడుతూ ఉంది. పోస్ట్‌మార్టం అనవసరమనిపించింది."

ప్యారో అలాగా అన్నట్టు తలూపుతూ "పొట్టలోని అల్సర్ మరియు శంఖపాషాణం రెండూ ఒకే విధమైన రోగ చిహ్నాలకు కారణమవుతాయని అందరికీ తెలిసిన విషయమే. గడిచిన పదేళ్లలో అల్సర్ కారణంగా చనిపోయారని డెత్ సర్టిఫికెట్స్ తీసుకుని అనేకమందిని పాతిపెట్టడం జరిగింది. తరువాత అనుమానం వచ్చి వాటిని బయటికి తీసి పరీక్షలు జరిపితే వాటిలో నాలుగు శంఖపాషాణాలతో జరిగిన హత్యలని రుజువై పెద్ద దుమారమే చెలరేగింది. అదలా ఉండనీ, వయస్సులో మీ భార్య మీ కన్నా పెద్దదా? చిన్నదా?"అన్నాడు.

"ఆమె నా కన్నా ఐదేళ్ళు పెద్దది" అన్నాడు డా. ఓల్డ్‌ఫీల్డ్.

"ఆమె మరణించే నాటికి మీకు పెళ్ళయి ఎన్నేళ్ళయింది?" అడిగాడు ప్యారో.

"పదిహేనేళ్ళు"

"ఆమె ఆస్తి ఏదైనా వొదిలి పెట్టిపోయిందా?" అడిగాడు ప్యారో.

"అవును. సుమారు ముప్ఫయి వేల పౌండ్ల ఆస్తి వొదిలిపెట్టి పోయింది"

"చాలా మొత్తమే. దానికి వారసులు మీరేనా?"

"అవును"

"మీ ఇద్దరి మధ్య సంబంధం బాగుండేదా?"

"ఖచ్చితంగా"

"గొడవలు, కొట్లాటలు ఏమీ లేవా?"

"గొడవలు..." డా. ఓల్డ్‌ఫీల్డ్ ఒక్క క్షణం ఆగి మళ్ళీ "నా భార్య ఒక విధంగా 'మగరాయడు' అని చెప్పాలి. ఆమె రోగగ్రస్థురాలు. అందువల్ల ఆమె అసహనంగా ప్రవర్తించేది. ఆమెను తృప్తిపరచడం చాలా కష్టమనే చెప్పాలి. మొత్తానికి నేనేం చేసినా అది ఆమెకు 'తప్పు'గానే కనిపించేది" అన్నాడు.

ప్యారో తలూపుతూ "అవును, నిజమే! అలాంటి మనుషులు నాకు తెలుసు. బహుశా మీ ఇద్దరికి ఒకరంటే మరొకరికి పడేది కాదనుకుంటాను. ఆమె మిమ్మల్ని, మీరు ఆమెను

ఒక విధమైన దృష్టితో చూసేవారు. ఆమె పరిస్థితిని మీరు అర్థం చేసుకోవటం లేదని ఆమె అభిప్రాయం. ఆమె చనిపోతే మీరు చాలా సంతోషిస్తారని ఆమె మీమీద ఆరోపిస్తుండవచ్చు. అవునా?" అడిగాడు ప్యారో.

ప్యారో సరిగ్గానే ఊహించాడనే విషయం డా. ఓల్డ్‌ఫీల్డ్ ముఖం మీద స్పష్టంగా కనిపించింది. అతడు ఓ శుష్కపు నవ్వు నవ్వి, "మీరు సరిగ్గానే గుర్తించారు" అన్నాడు.

ప్యారో డా. ఓల్డ్‌ఫీల్డ్ వైపు చూస్తూ "ఆమెను చూసుకోడానికి మీ ఆస్పత్రికి చెందిన ఆయాను పెట్టారా? లేదా స్నేహితురాలినెవరినైనా ఉంచారా? లేదా ఎవరైనా నమ్మకస్థులైన సేవకులు ఉండేవారా?" అని అడిగాడు.

"స్నేహితురాలులా ఉన్న ఆయా. ఆమె చాలా తెలివైనది. సమర్థురాలు. అయితే ఆమె అలా వదంతులు పుట్టిస్తుందంటే నేను నమ్మలేను" అన్నాడు డా. ఓల్డ్‌ఫీల్డ్.

"వివేకవంతులకు, సమర్థులకు కూడా దేవుడు నాలుకను కరుణిస్తాడు. దాన్ని ఎల్లప్పుడూ విచక్షణతో మనం ఉపయోగించం. ఆయా అదే స్నేహితురాలో, సేవకురాలో లేదా ఎవరో ఒకరు ప్రచారం చేశారనటంలో సందేహమే లేదు. అలాంటి ఊళ్ళో వదంతి వ్యాపించటానికి 'విషయం' కావాలి. సరే, ఆ మహిళ ఎవరో చెప్పండి?"

"మీరు అడుగుతున్నదేమిటో నాకు ఆర్థం కాలేదు" అన్నాడు డా. ఓల్డ్‌ఫీల్డ్ కోపంగా.

"మీకు అర్థమయ్యిందని నాకు తెలుసు. మీ పేరుతో ముడిపడిన ఆ స్త్రీ ఎవరు?"

డా. ఓల్డ్‌ఫీల్డ్ లేచి నుంచున్నాడు. ఆతడి ముఖం కోపంతో జేవురించింది.

"ఈ విషయంలో ఏ మహిళ లేదు. క్షమించండి మీ సమయాన్ని పాడు చేశాను" అన్నాడు విసురుగా తలుపుల వైపు నడుస్తూ.

ప్యారో మృదువుగా అన్నాడు, "మీ పరిస్థితికి బాధపడుతున్నాను. నేను మీకు సహాయం చేయాలనుకున్నాను. అయితే పూర్తి నిజం తెలియకుండా నేను ఏమీ చేయలేను"

"నేను మీకు వాస్తవాన్నే చెప్పాను మి. ప్యారో. అయినా ఇందులో ఓ మహిళ హస్తముందని మీరెందుకు నొక్కి చెబుతున్నారు?" అన్నాడు డా. ఓల్డ్‌ఫీల్డ్ వెనక్కి తిరిగి.

"ప్రియమైన డాక్టర్! నాకు మహిళల స్వభావం తెలుసని మీరెందుకు అర్థం చేసుకోవటం లేదు. పల్లెటూర్లో గుసగుసలు ఎప్పుడూ స్త్రీ పురుష సంబంధాల చుట్టే అల్లుకుని ఉంటాయి. ఒక వేళ భర్త ఉత్తర ధృవ యాత్ర కోసమో లేదా మళ్ళీ బ్రహ్మచారియై జీవితాన్ని విలాసంగా గడపటానికి తన భార్యను విషం పెట్టి చంపితే; అది ఇరుగుపొరుగు వారి నోళ్లలో పడటానికి ఒక్కక్షణం చాలు. అందులోనూ మరో స్త్రీతో వివాహం కోసం

భార్యను హత్యచేశాడని జనం నమ్మితే ఆ 'వదంతి' నిప్పులా వ్యాపించటానికి ఎక్కువ సమయం పట్టదు. మనుషుల స్వభావం ఇలాగే ఉంటుంది డా. ఓల్డ్‌ఫీల్డ్"అన్నాడు ప్యారో.

"ఎవరో పనిలేని సోమరిపోతులు నోటికి వచ్చినట్టు మాట్లాడుకుంటే దానికి నేను బాధ్యుడిని కాను"అన్నాడు డా. ఓల్డ్‌ఫీల్డ్ అసహనంగా.

"ఖచ్చితంగా మీరు కాదు. అలాంటప్పుడు మీరు మళ్ళీ కుర్చీలో కూర్చుని నా ప్రశ్నలకు సమాధానాలు చెప్పొచ్చుకదా?" అన్నాడు ప్యారో.

డా. ఓల్డ్‌ఫీల్డ్ ఇష్టం లేని మనస్సుతో, నెమ్మదిగా అడుగులో అడుగు వేసుకుంటూ తిరిగి వచ్చి కుర్చీలో కూర్చున్నాడు. సంకోచిస్తూ, "బహుశా వాళ్ళు మిస్ మాన్‌క్రిఫే గురించి మాట్లాడుకుంటున్నారని నాకు అనిపిస్తోంది. జీన్ మాన్ క్రిఫే నాకు మందులు తయారు చేసిపెట్టే వ్యక్తి. నిజంగానే చాలా మంచి అమ్మాయి" అన్నాడు డా. ఓల్డ్‌ఫీల్డ్ ఎర్రబడిన ముఖంతో.

"ఆమె ఎంత కాలం నుంచి మీ దగ్గర పనిలో ఉంది?"

"మూడేళ్ళ నుంచి"

"మీ భార్యకు ఆమె అంటే ఇష్టమేనా?"

"లేదు. ఎందుకో చెప్పలేను"

"ఆమె పట్ల అసూయనా?"

"అది కరెక్ట్ అనిపించదు"

ప్యారో నవ్వి, "మిస్టర్ ఓల్ఢఫీల్డ్! భార్యల అసూయ సామెతగా నిలిచిపోయింది. నా అనుభవంలో అసూయ ఎంత నిరాధారమైనా లేదా అనవసరంగా కనిపించినా అది సహజమైన కారణం వల్లనే పుట్టివుంటుంది. భార్యాభర్తల అసూయ సహజమే. ఏ అల్పమైన కారణమైనా కానీ మొత్తానికి వారు ఎప్పుడూ కరెక్టే." అన్నాడు.

"నేను జీన్ మాన్ క్రిఫేకు ఏమి చెప్పినా నా భార్యకు చెప్పకుండా, ఆమెకు వినిపించకుండా ఏమీ చెప్పనే లేదు"

"డా. ఓల్డ్‌ఫీల్డ్, ఈ విషయంలో నా వల్ల చేతనైంది ఖచ్చితంగా చేస్తాను. అయితే మీ సహకారం నాకు సంపూర్ణంగా కావాలి. ఏదీ దాచుకోకుండా చెప్పాలి. మీ ఊహలకు కానీ, సొంత భావాలకు కానీ ప్రాముఖ్యత ఇవ్వకూడదు. నిజం చెప్పండి. మీ భార్య మరణానికి ముందు ఆమె పట్ల మీరు జాగ్రత్తగా వహించలేదు, అవునా?"

డా. ఓల్డ్‌ఫీల్డ్ కొద్ది క్షణాలు మౌనంగా ఉండి, "అది నిజమే. ఈ విషయం నన్ను హింసిస్తోంది. మీరు నాకు తప్పకుండా సహాయపడగలరనే భావన నాకు కలుగుతోంది.

నేను నిజాయితీగా చెబుతున్నాను. నేను నా భార్య విషయంలో అంత జాగ్రత్త వహించలేదు. అయితే ఎన్నడూ ఆమెకు నేను ద్రోహం తలపెట్టలేదు" అన్నాడు.

"అయితే ఈ జీన్ మాన్ క్రిఫే విషయమేమిటి?"

వర్షపు చుక్కల్లా చెమటబిందువులు డాక్టర్ నుదుటి మీద ప్రత్యక్షమయ్యాయి. అతను నోరు విప్పి, "నేను... నేను... ఈ వదంతులు వ్యాపించకుండా ఉంటే ఆమెను పెళ్ళి చేసుకుని ఉండేవాడిని" అన్నాడు.

ప్యారో కుర్చీలో వెనక్కి వాలి, "చివరికి మనం వాస్తవానికి వచ్చినట్టయింది. గుడ్! డా. ఓల్డ్‌ఫీల్డ్ మీ కేస్ టేకప్ చేస్తున్నాను. అయితే ఒక విషయం గుర్తుంచుకోండి– నేను పరిశోధించి చివరికి కనుక్కునేది కేవలం 'సత్యాన్నే'. జైలుకు పంపేది 'నేరస్థుల్నే'. అది ఎవరైనా సరే" అన్నాడు.

"నా మనస్సును ఇప్పుడు బాధపెడుతున్న వదంతిలో వాస్తవం లేదు. మిస్టర్. ప్యారో! నా మీద మోపబడిన ఈ ఆరోపణకు విరుద్ధంగా న్యాయపరంగా పోరాడే సాధ్యత పట్ల కూడా ఆలోచించాను. నా మీద వదంతి పుట్టించిన వ్యక్తి ఎవరో తెలిస్తే నేను పరువునష్టం దావా వేయడానికి సిద్ధమే. అయితే దీనివల్ల పరిస్థితి మరింత విషమించవచ్చు. అంటే అప్పుడు ఈ విషయం వ్యక్తిగతం కాకుండా సార్వజనకమైన విషయంగా మారవచ్చు. అంతే కాకుండా జనం ఇది హత్య అని భావించకపోయిందవచ్చు. అయితే 'నిప్పు లేనిదే పొగ రాదు' అని అనుకోవచ్చు. నిజాయితీగా చెప్పండి, ఈ పాడు కల నుంచి నేను బయట పడటానికి మరో దారి ఉందా?" దీనంగా అన్నాడు డా. ఓల్డ్‌ఫీల్డ్.

"మార్గం ఉండనే ఉంటుంది. సరియైన మార్గాన్ని కనుక్కోవటమే మన పని" అన్నాడు ప్యారో నవ్వుతూ.

***

"జార్జ్! మనం గ్రామానికి వెళుతున్నాం. అన్నీ సర్దుకో" అన్నాడు ప్యారో తన సేవకుడు కమ్ అసిస్టెంట్‌తో.

"నిజంగానా సార్!" అన్నాడు జార్జ్.

"అవును, మన ప్రయాణపు ఉద్దేశ్యం తొమ్మిది తలల రాక్షసుడ్ని తుదముట్టించడం" అన్నాడు ప్యారో.

"అవునా సార్! లాక్‌నెస్ రాక్షసుడివంటిదా?"

"దానికన్నా కాస్త చిన్నది. నేను రక్తమాంసాలున్న జీవి గురించి చెప్పలేదు జార్జ్"

"అవునా, నేను పొరబాటుగా ఏదో ఊహించుకున్నాను సార్!"

"అదొక జీవి అయివుంటే మన పని సులభంగా ఉండేది. ఈ రాక్షసుడి మూలాన్ని కనుక్కోవటం, గుర్తించటం సులభం కాదు తెలుసా? ఇంతకీ ఈ రాక్షసుడు ఎవరో తెలుసా? ఈ రాక్షసుడు పేరు 'వదంతి' లేదా 'పుకారు' అనొచ్చు" అన్నాడు ప్యారో.

"ఓహ్! వదంతా? అవును సార్! కొన్ని సార్లు అది ఎలా ఎక్కడి నుంచి ప్రారంభమయ్యిందో తెలియనే తెలియదు"

"సరిగ్గా చెప్పావు"

ప్యారో తన అసిస్టెంట్‌తోపాటు ఆ గ్రామం చేరుకున్నాడు. అయితే ప్యారో డాక్టర్ ఓల్డ్‌ఫీల్డ్ ఇంట్లో బస చేయలేదు. ఆ గ్రామంలో ఉన్న యాత్రికుల వసతి గృహంలో దిగారు. మరుసటి రోజు ఉదయం ముందుగా మిస్.జీన్ మాన్ క్రిఫేను కలిశారు.

ఆమె చూడటానికి చాలా ఆరోగ్యంగా ఉంది. నీలి కళ్ళతో, రాగి రంగు జుత్తుతో పొడుగ్గా అందంగా ఉంది. ఎల్లప్పుడు జాగ్రత్తగా ఉండే వ్యక్తిలా కనిపించింది.

ప్యారో తనను పరిచయంచేసుకోగానే, "చివరికి డాక్టర్ ఓల్డ్‌ఫీల్డ్ మిమ్మల్ని కలిశారన్నమాట. వారి ఆలోచన ఏమిటో నాకు తెలుసు" అంది.

ఆమె స్వరంలో ఉత్సాహం ధ్వనించలేదు. ప్యారో ఆమె చూస్తూ–

"అంటే నీవు ఇందుకు సమ్మతించలేదు, అవునా?" అన్నాడు.

ఆమె చూపులు ఆతడి చూపులను ఎదుర్కొన్నాయి.

"మీరేం చేయగలరు?" ఆమె తీవ్రంగా ఆడిగింది.

ప్యారో శాంతంగా "ఈ సమస్యను ఎదుర్కోటానికి దారి ఉంటే చాలు" జవాబిచ్చాడు.

"ఏ దారి?" ఆమె తిరస్కారంగా నీవేం చేయలేవన్నట్టుగా చూస్తూ, "అంటే మీరు స్వయంగా చెవులు కొరుక్కునే వృద్ధమహిళలందరి దగ్గరికి వెళ్లి 'దయచేసి మీరు ఇలా చెవులు కొరుక్కోవటం, పుకార్లు నమ్మి వ్యాపింపజేయడం ఆపండి. మీరు ఇలా చేస్తే పాపం డాక్టర్‌గారికి చాలా బాధ జరుగుతుందని చెబుతారా? దానికి వాళ్ళు 'అసలు మేము ఆ కట్టుకథను నమ్మనే లేదు' అంటారు. ఇదే ఈ విషయంలో అత్యంత విషాదకరమైన అంశం. ఈ మాత్రం మీరు ఊహించలేరా? మిసెస్ ఓల్డ్‌ఫీల్డ్ మరణం సహజమైందని వాళ్ళు ఎన్నడూ చెప్పరు. పైగా వాళ్ళు ఏమంటారో తెలుసా? 'మిత్రులారా, ఖచ్చితంగా మన ఓల్డ్‌ఫీల్డ్ దంపతుల మధ్య కథను నేనైతే నమ్మను. అలాంటి కృత్యాన్ని ఆ డాక్టర్ ఖచ్చితంగా చేయడని నాకు నమ్మకం. అయినా అతడు భార్యను ఇంకాస్త బాగా చూసుకుని ఉండొచ్చు. అంతేకాదు వయస్సులో ఉన్న అమ్మాయిని పనిలోకి పెట్టుకోవడం డాక్టర్ వంటి వివేకవంతులు చేయాల్సిన పని కాదు. ఖచ్చితంగా వాళిద్దరి మధ్య జరగరానిది

జరిగిందని నా అభిప్రాయం కాదనుకోండి. అంతా సరిగ్గానే ఉందని నా నమ్మకం..." ఆమె అక్కడితో ఆపింది. అప్పటికే ఆమె ముఖం ఎర్రబారింది. ఆవేశం రొప్పసాగింది.

"నీకు ప్రజలు ఏమనుకుంటున్నారో ఖచ్చితంగా తెలిసినట్టుంది"

"నాకు సరిగ్గానే తెలుసు" అంది పెడసరంగా.

"అలాంటప్పుడు నీకు తోచిన పరిష్కారం ఏమిటి?" అడిగాడు ప్యారో.

"వెంటనే ఇక్కడి వైద్యశాలను అమ్మేసి, మరో ఊరికి వెళ్ళి అక్కడ వెద్యశాలను తెరవడం వారికి మంచిది" అంది జీన్ మాన్ క్రిఫే.

"ఈ వదంతి అక్కడికీ వారిని అనుసరించి రావచ్చని నీకు అనిపించటం లేదా?"

"వారు అలాంటి పరిస్థితిని ఎదుర్కోటానికి తయారు కావాలి" అంది.

ప్యారో ఒకటి రెండు నిముషాలు ఆగి, "నీవు డాక్టర్‌గారిని వివాహం చేసుకోవాలని అనుకుంటున్నావా మిస్ జీన్ మాన్ క్రిఫే?"

"వారు నన్ను పెళ్ళి చేసుకుంటావా అని అడగలేదు" అంది వెంటనే.

"ఎందుకు అడగలేదు?"

ఆమె నీలికళ్ళు అతడి కళ్ళను క్షణ కాలం సంధించాయి.

"ఎందుకంటే ఆయన ఆ విషయం లేవనెత్తకుండా చేశాను" జవాబిచ్చిందామె.

"అవునా? ఇంత నిస్సంకోచంగా మాట్లాడేవారు అరుదు" అన్నాడు ప్యారో.

"నేను ఏదీ దాచుకోకుండా మాట్లాడుతాను. డాక్టర్‌గారు నన్ను పెళ్ళాడాలనే ఉద్దేశ్యంతో భార్యను చంపాడని ప్రజలు అనుకుంటున్నారని తెలినపుడు, ఒక వేళ మేము నిజంగానే పెళ్ళి చేసుకుంటే వారి నోళ్ళు మూతపడొచ్చని అనిపించింది. అయితే మేము వివాహమాడే ప్రశ్ననే ఉదయించకపోతే ఈ వదంతులు అణగిపోవచ్చని అనుకున్నాను"

"అయితే అది అలా కాలేదు, అవునా?"

"అవును, అలా కాలేదు"

"నిజంగానే... ఇది కొంచెం విచిత్రంగా అనిపించటం లేదా?" అడిగాడు ప్యారో.

"ప్రజలకు ఇక్కడ ఆనందాన్ని ఇచ్చేవి ఇవే" అని కటువుగా సమాధానం ఇచ్చింది.

"నీకు డాక్టర్‌ను వివాహం చేసుకోవడాం ఇష్టమేనా?"

ఆ అమ్మాయి అంతగా ఆశ్చర్యపోకుండా "అవును, నాకు ఇష్టమే. నేను వారిని మొదటిసారి కలిసినపుడే ఇష్టపడ్డాను" అని జవాబిచ్చింది.

"అలాంటప్పుడు వారి భార్య మరణం మీకు అనుకూలిస్తుంది కదా?"

"నిజాయితీగా చెప్పాల్సి వస్తే ఆమె మరణవార్త తెలిసి నాకు సంతోషం కలిగింది"

"నిజంగానే నీవు దాపరికం లేని మనిషివి" అన్నాడు ఎర్కుల్ ప్యారో.

అతడి మాటలకు ఆమె నవ్వింది.

"నేనొక పని చెప్పనా?" అన్నాడు ప్యారో.

"చెప్పండి?"

"ఇప్పుడు వేగవంతమైన క్రమాన్ని చేబట్టాలి. ఎవరైనా లేదా నీవే హోమ్‌శాఖకు ఫిర్యాదు రాయాలని నా సలహా"

"అంటే ఏమిటి?"

"నా అభిప్రాయం ఏమిటంటే ఈ అబద్ధాల కథలకు ముగింపు పలకటానికి అత్యుత్తమ మార్గం ఏమిటంటే ఆమె దేహాన్ని సమాధి నుండి బయటికి తీయించి శవపరీక్ష చేయించటమొకటే దారి" అన్నాడు ప్యారో.

ఆమె ఒక అడుగు వెనక్కు వేసి నోరు తెరిచి ఏదో చెప్పబోయి ఆగిపోయింది.

"ఏమంటావు మిస్ జీన్‌మాన్ క్రిఫే?" అని మళ్ళీ అడిగాడు ఆమెను గమనిస్తూ.

"మీ అభిప్రాయాన్ని నేను అమోదించను" అంది ఆమె శాంతంగా.

"ఎందుకు? అనారోగ్య కారణా వల్ల మరణం సంభవించింది అనే తీర్పు అందరి నోళ్ళు మూయిస్తుంది కదా?"

"అలాంటి తీర్పు వస్తే సరే, అలా కాక..."

"నీవేమి సూచిస్తున్నావో అర్థమవుతోందా మిస్ మాన్ క్రిఫే?"

జీన్ మాన్ క్రిఫే అసహనంగా అంది; "నేనేం చెబుతున్నానో నాకు బాగా తెలుసు. మీరు శంఖపాషాణల గురించి ఆలోచిస్తున్నారు. ఆమె శంఖపాషాణ ప్రయోగం వల్ల చావలేదని నిరూపించవచ్చు. అయితే మరో రకమైన పాషాణాలు ఉన్నాయి. సస్య క్షారాలు! ఒక వేళ వీటిని ఉపయోగించి ఉంటే ఒక సంవత్సరం తరువాత వీటి అవశేషాలు శవంలో మిగిలి ఉంటాయనే నమ్మకం నాకు లేదు. అంతే కాకుండా నాకు ఈ రాసాయనిక విశ్లేషణాధికారులు ఎలాంటివారో బాగా తెలుసు. వాళ్ళు అదీ కాదు, ఇదీ కాదు అనే రీతిలో తీర్పు ఇవ్వచ్చు. ఫలాన కారణం వల్ల మరణం సంభవించిందని ఖచ్చితంగా చెప్పటానికి ఏలాంటి సమాచారం దొరకలేదు అని చెప్పి జారుకోవచ్చు. అప్పుడు నరాలు లేని నాలుకలు మరింత పదునవుతాయి. వాటి ఆటలు మళ్ళీ మొదలవుతాయి" అంది.

"నీ అభిప్రాయంలో ఈ గ్రామంలో అత్యంత నోటి దురద ఉన్నవారెవరు?"

ఆమె ఓ క్షణం ఆలోచించి "ఆ జాతి ఆడవాళ్ళలో అత్యంత నోరుగలదంటే మిసెస్. లెదరన్ అని నా అభిప్రాయం" అంది.

"అలాగా, ఆమెను నాకు పరిచయం చేయటం సాధ్యమేనా? అదీ నేను ఆమెను కలవటానికి ప్రయత్నిస్తున్నాను అని తెలియకుండా" అన్నాడు ప్యారో.

"అంతకన్నా సులభమైంది మరొకటి లేదు, ఉదయం ఈ వాగుడుకాయలంతా అంగళ్లలోనే కాలక్షేపం చేస్తారు. ఈ మెయిన్ రోడ్డులో నడుస్తూ వెళుతుంటే చాలు వాళ్ళే మన కంట పడతారు"

జీన్ చెప్పినట్టుగానే మిసెస. లెదరన్‌ను పట్టుకోవటం కష్టమేమి కాలేదు. పోస్టాఫీసు బయట ఒక పల్చని, ఎత్తయిన మధ్య వయస్సు మహిళను జీన్ పలుకరించింది. ఆమె ముఖం పొడుగ్గా ఉంది. ఆమె కళ్ళు దేన్నో వెదుకుతున్నట్టు చంచలంగా కదులుతున్నాయి.

"గుడ్ మార్నింగ్ మిసెస. లెదరన్" జీన్ పలకరించింది.

"గుడ్ మార్నింగ్ జీన్, ఈవాళ వాతావరణం చాలా బాగుంది కదూ?" అంది.

అయితే ఆమె చురుకైన చూపులు మాత్రం జీన్ పక్కనున్న వ్యక్తిమీద ఉన్నాయి. జీన్ వెంటనే "వీరు మిస్టర్ ప్యారో. వీరు కొన్ని రోజులు ఇక్కడే ఉంటారు" అంది

***

మిసెస్.లెదరన్ ప్యారోను టీకి పిలిచింది. వాస్తవానికి మిసెస్. లెదరన్ అతడ్ని టీకి ఆహ్వానించి, ఈ పరదేశస్థుడికి ఈ గ్రామంలో ఏం పనో తెలుసుకోవటంలో మునిగింది. ప్యారో కొద్దిసేపటి వరకు జాగ్రత్తగా ఆమె ప్రశ్నల బారినుంచి తప్పించుకుంటూ ఆమె కుతూహలాన్ని పెంచాడు.అది తారాస్థాయికి చేరాక అతడు ముందుకు వొంగి, "మిసెస్ లెదరన్ మీరు చాలా తెలివైనవారని అర్థమైంది. నా గుట్టును మీరు గ్రహించారు. నేను హోమ్‌శాఖ మనవి మేరకు ఇక్కడికి వచ్చాను. అయితే దయచేసి ఈ విషయాన్ని మీ మనస్సులోనే ఉంచుకోండి" అని గొంతు తగ్గించి అన్నాడు.

"తప్పకుండా... " అంటూ లెదరన్ ఉద్విగ్నురాలైంది. "హోమ్‌శాఖ... మీరు మిసెస్ ఓల్డ్‌ఫీల్డ్ గురించి... అవునా..." అంది నవ్వుతూ రహస్యం గ్రహించినట్టుగా.

ప్యారో అవునన్నట్టు అనేక సార్లు తలూపాడు. తరువాత "ఇది చాలా సూక్ష్మమైన విషయం.సమాధి నుంచి శవాన్ని తీయించటానికి తగినన్ని సరియైన కారణాలు ఉన్నాయా? లేవా? అన్నది పరిశీలించి నివేదిక ఇవ్వవలసిందిగా నాకు ఉత్తర్వులు వచ్చాయి"

మిసెస్ లెదరన్ దీర్ఘం తీస్తూ, "అయ్యో, సమాధిని మళ్ళీ తవ్వి శవాన్ని బయటికి తీస్తారా? ఎంత భయంకరమైన సంగతి?" అంది.

ఆమె 'ఎంత భయంకరమైన సంగతి' అనటానికి బదులుగా 'ఎంత అద్భుతమైన సంగతి' అని ఉంటే ఆమె మాటల ధాటికి సరిపోయేదేమో?

"మిసెస్ లెదరన్! ఈ విషయంలో మీ వ్యక్తిగత అభిప్రాయం ఏమిటి?"

"అదలా ఉండనీ మి.ప్యారో! నిజానికి ప్రజలు రకరకాలుగా మాట్లాడుకుంటున్నారు. అయితే నేను అలాంటి మాటలను చెవిన వేసుకోను. భార్య చనిపోయిన తరువాత డాక్టర్ ఓల్డ్‌ఫీల్డ్ విచిత్రంగా ప్రవర్తిస్తున్నారనటంలో సందేహం లేదు. అయినా నేను చెప్పేదాన్ని బట్టి ఆయనను అపరాధి అనలేం. భార్యాభర్తలు అత్యంత అన్యోన్యంగా ఉన్నారనలేం. అది నాకు కచ్చితంగా తెలుసు. మూడునాలుగేళ్ళుగా మిసెస్ ఓల్డ్‌ఫీల్డ్ మరణించేవరకూ ఆమెకు ఆయాగా ఉన్న హ్యారిసన్ ఆ విషయం తెలిసింది. హ్యారిసన్‌కు కూడా సందేహం ఉందని నా భావన. పాపం, ఆమె ఏమీ చెప్పలేదు. అయినా ఒకరి మాటల తీరులో వారి మనస్సులో ఏముందో ఊహించగలం. అవునా?"

ప్యారో విచారంగా "దొరికిన వివరాలు చాలా తక్కువే" అన్నాడు.

"అవును, నాకూ అర్థమవుతోంది. అయితే మిస్టర్ ప్యారో! శవాన్ని బయటికి తీయించి పరీక్షిస్తే అన్ని విషయాలు తెలిసిపోతాయి కదా?" అంది.

"అవును, అంతా తెలిసిపోతుంది"అన్నాడు.

"ఇలాంటవి గతంలోనూ జరిగాయి" అని అంటున్నప్పుడు ఉద్విగ్నురాలై మళ్ళీ "అయితే జీన్ మాన్ క్రిఫే చాలా మంచి అమ్మాయి. భార్యను చంపమని ఆమె డాక్టర్‌ను ప్రేరేపించిందంటే నేను నమ్మను. అయితే మగవాళ్ళు అమ్మాయిల విషయంలో మూర్ఖులవుతారు. అవునా? అంతే కాకుండా వాళ్ళిద్దరూ కలిసి ఉండవలసి వచ్చింది. అది అబద్ధం కాదు" అంది.

ప్యారో మాట్లాడలేదు. ఇంకా సంభాషణ కొనసాగాలనే అమాయకుడిలా ముఖం పెట్టి కుతూహలాన్ని ప్రదర్శిస్తూ కూర్చున్నాడు.

"ఇక శవ పరీక్ష జరిగితే ఆనేక విషయాలు బయటికి వస్తాయి. అవునా? సేవకులకు ఏమేమి తెలుసో? ఒకవేళ వారే వదంతులు సృష్టిస్తే వారిని ఆపడం ఎవరికి మాత్రం సాధ్యం? డాక్టర్‌గారు భార్యను ఖననం జరిగిన వెంటనే సేవకురాలు బీట్రెస్‌ను పనిలోంచి తీసేశారు. ఈ కాలంలో పనివాళ్ళు దొరకడమే కష్టమవుతున్నప్పుడు ఆమెను పనిలోంచి తొలగించడం నాకు కాస్త విచిత్రంగా అనిపిస్తోంది. నాకు ఏమనిపిస్తోందంటే ఆమెకు ఏమైనా తెలుసేమోనని ఓల్డ్‌ఫీల్డ్ భయంతో ఆమెను తొలగించినట్టు కనిపిస్తోంది" అంది.

"పరీక్షకు కావలసినన్ని ఆధారాలు ఖచ్చితంగా ఉన్నాయని నాకు నమ్మకంగా ఉంది" అని ప్యారో గంభీరంగా అన్నాడు.

మిసెస్ లెదరన్ తనకు అదంతా ఇష్టం లేనట్టు ముఖం పెట్టి, "ఎవరైనా కానీ, అలా మనసులో కోరుకోకూడదు. మా ప్రశాంతమైన గ్రామానికి చెందిన విషయం వార్తా పత్రికలకు మేత అవుతుంది. ఛీ, ఎంత దారుణం" అంది.

"ఇదంతా మీకు కంగారు కలిగించే విషయమా?" ప్యారో అడిగాడు.

"కొంచెం కంగారు కలిగిస్తుంది. అంతే. నేను పాతకాలపు మనిషిని".

"ఇక మీరు చెప్పినట్టు ఇదంతా కేవలం వదంతి, అంతే కదా?" అన్నాడు ప్యారో.

"బుద్ధిపూర్వకంగా అలా చెప్పలేను. అందులో సత్యం ఉందని అనిపిస్తుంది. 'నిప్పు లేనిదే పొగ ఉండదు' అన్నది సామెత మీకు తెలుసు కదా?" అంది.

"నా వ్యక్తిగత అభిప్రాయం అదే. అయితే మీరు ఈ విషయాన్ని రహస్యంగా ఉంచుతారు కదా?" అన్నాడు ప్యారో.

"ఎవ్వరికీ ఒక్క మాట చెప్పను" అందామె గొంతు తగ్గించి.

ప్యారో వీడ్కోలు తీసుకుని వస్తుండగా ఆమె సేవకురాలు గ్లాడిస్ అతడి టోపీ, కోటు తెచ్చి ఇచ్చింది. ప్యారో ఆమెవైపు చూస్తూ, "నేను ఇక్కడికి మిసెస్. ఓల్డ్‌ఫీల్డ్ మరణం విషయమై విచారణకు వచ్చానని ఎవ్వరికి చెప్పకపోతే బాగుంటుంది" అన్నాడు.

గ్లాడిస్ ఏదో తెలియని ఉద్వేగంతో వేగంగా ఊపిరి పీల్చుకుని "అయితే డాక్టర్‌గారే భార్యను చంపేశారా?" అంది.

"ఇన్నాళ్ళు నీవు అలాగే అనుకున్నావు కదా?" అన్నాడు.

"అదిసరే సార్! బిట్రెస్‌లా–నేనలా అనుకోలేదు. బిట్రెస్ ఎవరో మీకు తెలియదు కదా? మిసెస్.ఓల్డ్‌ఫీల్డ్ మరణ సమయంలో బిట్రెస్ ఆమె దగ్గరే ఉంది సార్" అంటూ ఏదో గొణుక్కోసాగింది.

"ఏదైనా కుట్ర జరిగిందని అనుకుందా?"

గ్లాడిస్ ఉద్వేగంతో తలూపింది.

"అవును, అలాగే అనుకుంది. ఆమె మాటల ప్రకారం ఆయా హ్యారిసన్ కూడా అలాగే అనుకుందని చెప్పింది. మిసెస్ ఓల్డ్‌ఫీల్డ్‌కు హ్యారిసన్ తోడుగా ఉండేది. ఆమెకు యజమానురాలిపై చాలా ప్రేమ. ఆమె మరణం ఆయాని కలచివేసిందని, ఆయా హ్యారిసన్‌కు ఏదో తెలుసని బిట్రెస్ చెబుతూ ఉంటుంది. ఎందుకంటే యజమానురాలి మరణం తరువాత ఆమె డాక్టర్‌తో గొడవ పడి ఉద్యోగం మానేసింది. ఏదో విషయం లేకపోతే ఆమె ఎందుకలా చేస్తుంది?" అంది గ్లాడిస్.

"ఇప్పుడు ఆయా హ్యారిసన్ ఎక్కడుంటుంది?"

"ఇప్పుడామె బ్రిస్టోకు ఆయాగా ఉంటోంది. ఆమె ఇల్లు ఊరి చివరన ఉంది. ఆ ఇంటిని గుర్తించడం కష్టం కాదు. ఎవరిని అడిగినా చెబుతారు" అంది.

కొద్ది సేపటి తరువాత ప్యారో వదంతి పుట్టడానికి కారణం తెలిసి ఉండొచ్చన్న మహిళ ముందు కూర్చుని ఉన్నాడు. ఆమె ఆయా హ్యారిసన్. ఆమె మధ్య వయస్కురాలు.. ఆమెలో ఇంకా యవ్వనం తగ్గలేదు. ఆమె ఇంకా అందంగానే కనిపిస్తోంది. ఆమె ముఖం ప్రశాంతంగా ఉంది. పెద్ద పెద్ద కళ్ళతో చూస్తూ, ఓపిగ్గా, శాంతంగా, ఆసక్తిగా ప్యారో చెప్పిందంతా వింది. తరువాత నెమ్మదిగా అంది, "నిజం నాకు తెలుసు. అయితే ఊళ్ళో కట్టు కథలన్నీ వ్యాపించాయి. వాటిని ఆపటానికి నాకు చేతనైనది చేశాను. అయితే నాకు అది సాధ్యం కాలేదు. ప్రజలు ఇలాంటి కథలకు, విషయాలకు వెంటనే ఆకర్షింపబడుతారు. అది మీకూ తెలుసనుకుంటాను"

"ఈ వదంతులు పుట్టాలంటే వాటికి మూలం ఉండాల్సిందే కదా?" అన్నాడు ప్యారో ఆమె ముఖంలోకి చూస్తూ.

అతడి అభిప్రాయాన్ని సమర్థిస్తున్నటుగ్గా ఆమె తలాడించింది. అయితే ఆమె ముఖంలో రంగులు మారటం అతను గమనించాడు.

"బహుశా, డాక్టర్ ఓల్డ్‌ఫీల్డ్, అతని భార్య ఒకరికొకరు సర్దుకోలేకపోయారు. అదే 'వదంతి' పుట్టుకకు కారణమై ఉండాలి" అన్నాడు ప్యారో.

"అది నిజం కాదు. డాక్టర్‌గారు తమ భార్యను బాగా చూసుకునేవారు. ఆమె పట్ల చాలా దయగా, ఓర్పుగా ఉండేవారు" అంది.

"నిజంగా వారికి ఆమె పట్ల అంత శ్రద్ధ ఉండేదా?" ఆమె వైపు చూస్తూ అడిగాడు.

ఆ మాటలకు ఆమె తడబడుతూ, "వాస్తవానికి మిసెస్. ఓల్డ్‌ఫీల్డ్ చాలా గడుసు మహిళ. ఆమెను సంతోష పెట్టడం, తృప్తి పరచటం అంత సులభం కాదు. సదా ఆమె అతడి దృష్టిని ఆపేక్షించేది. ఆశించేది. తనను సదా గుర్తించాలని కోరుకునేది".

"నీ ఉద్దేశ్యం ఆమె తన దేహస్థితిని భూతద్దంలో చూపిస్తోందనా?"

"అవును, ఆమె అనారోగ్యం చాలా వరకు ఆమె కల్పనే" అంది.

"అయినా ఆమె మరణించింది" అన్నాడు ప్యారో గంభీరంగా.

ఆమె ముఖంలో కదలాడిన కంగారును, తడబాటును ప్యారో గమనించాడు.

"మిస్.హ్యారిసన్! ఈ వదంతులు ఎలా మొదలయ్యాయో మీకు ఖచ్చితంగా తెలుసని నాకు అనిపిస్తోంది" అన్నాడు.

ఆ మాటలకు మిస్. హ్యారిసన్ ముఖం ఎర్రబడింది.

"అవును, బహుశా నేను ఊహించగలను. ఆ ఇంటి సేవకురాలు బిట్రెస్ ఈ వదంతిని పుట్టించిందని అనిపిస్తోంది. ఆమె ఎందుకలా చేసిందో చెప్పగలను" అంది.

"నిజంగా?" అన్నాడు ప్యారో.

మిస్. హ్యారిసన్ తడబడుతూ, "చూడండి, నా చెవిన పడిన ఓ సంభాషణ, అదీ డాక్టర్‌గారికి, జీన్‌కు జరిగిన సంభాషణ–దాన్ని బిట్రెస్ కూడా విన్నదని నా నమ్మకం. ఒక వేళ అడిగితే ఆమె నిజం ఒప్పుకోకపోవచ్చు" అంది.

"ఏం మాట్లాడుకున్నారు? నీవేం విన్నావు? మిస్. హ్యారిసన్, బాగా గుర్తు తెచ్చుకుని అన్ని విషయాలను వివరంగా చెప్పండి" అడిగాడు ప్యారో.

"మిసెస్. ఓల్డ్‌ఫీల్డ్ మరణానికి కారణమైన కడుపు నొప్పి కనిపించటానికి మూడు నెలలకు ముందు వాళ్ళు డైనింగ్‌రూంలో కూర్చుని ఉన్నారు. నేను మేడ మీది నుంచి కిందికి దిగుతున్నాను. సరిగ్గా అప్పుడే జీన్ మాన్ క్రిఫే డాక్టర్‌తో అంటున్న మాటలు నా చెవినపడ్డంతో నేను మెట్ల మీద ఆగిపోయాను"

"ఇంతకీ జీన్ ఏమంది?" అడిగాడు ప్యారో కుతూహలంగా.

"జీన్ డాక్టర్‌తో, 'ఇంకా ఎన్ని రోజులు ఎదురు చూడాలి, ఇక నా వల్ల కాదు' అంది. దానికి డాక్టర్‌గారు, 'చాలా రోజులు ఎదురు చూడాల్సిన పని లేదు' అన్నారు. అప్పుడు జీన్ 'ఇంకా ఎదురు చూసే ఓపిక నాకు లేదు. అయినా ఇది జరుగుతుందం టారా?' అంది. దానికి ఆయన 'ఖచ్చితంగా జరుగుతుంది. వచ్చే ఏడాది ఇదే సమయానికి మనం పెళ్లి చేసుకుని ఉంటాం' అన్నారు" అని మిస్. హారిసన్ కొద్ది సేపు ఆగి, "మి. ప్యారో, డాక్టర్, జీన్‌ల మధ్య సంబంధం ఉందని ఆ రోజు నాకు అర్థమైంది. నేను మెల్లగా మెట్లెక్కి పైకి పోయాను. అయితే డైనింగ్ గది పక్కనున్న వంట గదితలుపు తెరిచి ఉండటం నేను గమనించాను. అందువల్ల వంట మనిషి బిట్రెస్ కూడా వారి మాటలు విని ఉండొచ్చని అనుకున్నాను. అయితే వాళ్ళిద్దరి మాటల్ని రెండు రకాలుగా అర్థం చేసుకోవచ్చు. నాకైతే డాక్టర్ మాటల వల్ల భార్య రోగం తీవ్రతను బట్టి ఆమె చాలా రోజులు బదకదని వారు మామూలుగా చెప్పిండొచ్చని అనిపించింది. అయితే బిట్రెస్‌లాంటివారికి ఇందులో మరో అర్థం కనిపించవచ్చు. డాక్టర్, జీన్‌లు కలసి డాక్టర్ భార్యను ముగించడానికి ఆలోచిస్తున్నట్టు ఆమె ఊహించడానికి ఆవకాశం ఉంది" అంది.

"అయితే నీవు కూడా అలాగే భావిస్తున్నావా?" అడిగాడు ప్యారో.

"లేదు మి. ప్యారో. డాక్టర్‌గారి మీద నాకు నమ్మకం. వారు అలాంటివారు కాదు"

"మిస్.హారిసన్, మీకు ఇంకా ఏమైనా తెలిసివుంటే చెప్పండి" అన్నాడు.

ఆ మాటలకు ఆమె ముఖం కోపంతో ఎర్రబడింది." లేదు, చెప్పడానికి ఏమీ లేదు. అయినా ఇంకా ఏముంటుంది?" అంది విసురుగా.

"అదేమిటో నీకే తెలియాలి మిస్. హారిసన్. అయితే నీకు ఇంకా ఏదో తెలుసునని నాకు అనిపిస్తోంది. హోమ్‌శాఖవారు మిసెస్ ఓల్డ్‌ఫీల్డ్ శవాన్ని బయటికి తీయించి శవ పరీక్షలు జరిపించటానికి నిర్ణయించారు" అన్నాడు.

"ఓహ్! అలా చేయకూడదు... అది ఎంత భయంకరం. సంవత్సరం తరువాత శవాన్ని... మై గాడ్..." అంది హారిసన్ కంగారుగా.

"మిస్. హారిసన్, మీకు ఇంకా ఏమైనా తెలిసివుంటే చెప్పండి" అన్నాడు.

"లేదు, చెప్పడానికి ఏమీ లేదు. అయినా ఇంకా ఏముంటుంది?" అంది విసురుగా.

"అదేమిటో నీకే తెలియాలి హారిసన్. ఆయితే నీకు ఇంకా ఏదో తెలుసునని నాకు అనిపిస్తోంది. హోమ్‌శాఖవారు మిసెస్ ఓల్డ్‌ఫీల్డ్ శవాన్ని బయటికి తీయించి శవ పరీక్షలు జరిపించే పరిస్థితులు ఉన్నాయి" అన్నాడు.

"ఓహ్ ! అలా చేయకూడదు... ఆది ఎంత భయంకరం. సంవత్సరం తరువాత శవాన్ని... మై గాడ్... జనం ఎన్ని మాటలు మాట్లాడుకుంటారు. దాని ప్రభావం డాక్టర్‌గారి మీద ఎలా ఉండొచ్చో మీరే ఆలోచించండి" అంది హారిసన్ కంగారుగా.

"దాని వల్ల వారికి ఉపయోగం కలగవచ్చని మీకు అనిపించటం లేదా?"

"మీ ఉద్దేశ్యం?" అందామె.

"ఆయన నిరపరాధి అయితే నిరపరాధి అని రుజువవుతుంది" అన్నాడు ఆమె వైపు పరీక్షగా చుస్తూ.

అతడి మాటల్లోని భావం ఆమెను తాకి, దిగ్భ్రమతో ఆమె కనుబొమలు ముడిపడి, తరువాత విడివడటం కనిపించింది. ఆమె దీర్ఘంగా నిట్టూర్చి అతని వైపు చూసి "మీరు చెప్పింది నిజమే. మీరు శవపరీక్ష చేయించండి. డాక్టర్‌గారి మీదున్న వదంతులు దూరమవుతాయి" అంది.

***

పోస్టాఫీసుకు వెళ్ళి కౌంటర్‌లో కూర్చున్న మహిళతో, "మేడం! ఒక చిన్న సహాయం కావాలి. డాక్టర్ ఓల్డ్‌ఫీల్డ్ ఇంట్లో గతంలో పని చేసిన బిట్రెస్ అనే వ్యక్తి చిరునామా కావాలి" అన్నాడు ప్యారో.

"బిట్రెస్ కింగ్! అప్పటి నుంచి రెండు చోట్ల పని చేసి మానేసింది. ప్రస్తుతం మిసెస్.మార్లి ఇంట్లో ఉంది. బ్యాంక్ పై అంతస్థులోని ఇల్లు" అని చిరునామా ఇచ్చింది.

ప్యారో మాటల మధ్య మిసెస్. ఓల్డ్‌ఫీల్డ్ మరణం గురించి ప్రస్తావించాడు. ఆమె ముఖం మీద రహస్యపూరితమైన భావం కదలడం గమనించి, “అది ఒక ఆకస్మిక ఘటన. అయితే అది అనేక వదంతులకు చోటు కల్పించింది” అన్నాడు.

ఆమె వెంటనే “మీరు బిట్రెస్‌ను చూడాలనుకుంటున్నది అందుకేనా? హఠాత్తుగా ఆమెను పనిలోంచి తొలగించినపుడు మాకు చాలా విచిత్రంగా అనిపించింది. ఆమెకు ఏదైనా ముఖ్యమైన విషయం తెలిసివుండొచ్చని జనం అనుకున్నారు” అంది.

ప్యారో ఆమెకు ధన్యవాదాలు తెలిపి, రెండు కార్డులు, నాలుగు కవర్లు కొని అక్కడ్నుంచి కదిలి బ్యాంక్ పై అంతస్థులోని ఇంటి ముందుకొచ్చి కాలింగ్ బెల్ నొక్కాడు. రెండు నిముషాల తరువాత తలుపులు తెరుచుకున్నాయి.

ఎదురుగా బిట్రెస్ కింగ్! ఆమె పొట్టిగా చలాకిగా ఉంది. పైకి మూర్ఖురాలిగా కనిపించినా ఆమె కళ్ళు ఆమె కనిపించటానికన్నా తెలివైనదనే విషయాన్ని బహిర్గతం చేస్తున్నాయి. ప్యారో తనను పరిచయం చేసుకుని వచ్చిన పని చెప్పాడు.

“నాకు ఏ విషయమూ తెలియదు. మీరు చెబుతున్నట్టుగా, మిస్.హారిసన్ భావిస్తున్నట్టుగా నేను వారి సంభాషణను వినలేదు. నేను అంత తెలివైనదాన్ని కాను. నాకేమీ తెలియదు” అంది బిట్రెస్.

“శంఖపాషాణ విషప్రయోగం గురించి నీకు తెలుసా?” అడిగాడు ప్యారో.

ఆమె అతడి వైపు ఆసక్తిగా చూస్తూ, “అంటే... అంటే... ఆ మందుల సీసాలో ఉన్న ఔషధమా?” అడిగింది.

“ఏ మందుల సీసా? ప్యారో అడిగాడు.

“మందులో గదిలోని మందుల సీసాల్లో అదొకటి. అక్కడ జీన్ మాన్ క్రిఫే మిసెస్. ఓల్డ్‌ఫీల్డ్ కోసం తయారు చేసిన ఔషదం ఉండేది. మిస్.హారిసన్ ఆ ఔషధాన్ని చూసి మండిపడింది. ఆమె ఆ ఔషధాన్ని కాస్త రుచి చూసి, వాసన చూసి పారబోసి అందులో శుద్ధమైన నీళ్ళను నింపి పెట్టింది. నిజానికి అంతకు ముందు అందులో ఉన్న ఔషధం కూడా నీళ్లలా ఉండేది. ఒకసారి జీన్ మిసెస్ ఓల్డ్‌ఫీల్డ్‌కు చాయ్ ఇచ్చినపుడు మిస్.హారిసన్ దాన్ని తీసుకుని టీ పొడిని సరిగ్గా ఉడికించలేదని పారబోసింది. అయ్యా, నేను చూసింది చూసినట్టు చెప్పాను. అప్పుడే నాకు ఈ హ్యారిసన్ చాలా చిన్న విషయాలకూ తల పాడు చేసుకునే మనిషి అని అనిపించింది” అంది.

“జీన్ మాన్ క్రిపే, గురించి నీ అభిప్రాయం ఏమిటి?”

"ఆమె అందరి కన్నా భిన్నంగా కనిపించేదని నా భావన. అంతే కాదు ఆమెకు డాక్టర్‌గారి పట్ల అభిమానం ఉందని నాకు అనిపించింది. ఆమె డాక్టర్‌ను చూసే విధానాన్ని గమనిస్తే మీకూ అర్థమవుతుంది"

ప్యారో ఆమె దగ్గర సెలవు తీసుకుని తాను బస చేసిన గది చేరుకుని జార్జ్‌కు కొన్ని పనులు ఆదేశించాడు.

***

డాక్టర్ అల్లన్ గార్సియా హోమ్‌శాఖ అధికారి.

అతను తన ఎదుట నుంచున్న ప్యారో వైపు చూస్తూ "మిస్టర్ ప్యారో మిమ్మల్ని ఆకర్షించింది వదంతులా?" అని అడిగాడు.

"వదంతులు ఎక్కడ ఉన్నాయో దాని వెనుక వేలాది వర్ణరంజిత నాలుకలు ఉండనే ఉంటాయి" అంటూ తను వచ్చిన పని చెప్పి ఆయన సమ్మతి పొంది, వారి నుంచి సెలవు తీసుకుని రైలెక్కి మార్కెట్ లఫ్ బరా చేరాడు.

ఆ గ్రామంలో అప్పటికే కలకలం చెలరేగింది. ప్రతీ నోట అదే మాట. శవాన్ని బయటికి తీసి పరీక్షలు చేయిస్తారట. నిజాలు బయటికి వస్తాయట. ఆ మాటలు ఊరంతా వ్యాపించాయి. రెండు రోజుల తరువాత శవాన్ని తీయించి పరీక్షలు జరిపారని ఫలితాలు వచ్చాయని, మిసెస్ ఓల్డ్‌ఫీల్డ్‌ది సహజ మరణం కాదని, హంతకు లెవరో తెలియాల్సి ఉందని ఊళ్ళో అంతా అనుకోసాగారు.

ప్యారో మధ్యాహ్నం భోజనం చేసి బీర్ తాగుతూ కూర్చుని ఉన్నాడు. అతడ్ని కలవటానికి ఒక స్త్రీ వచ్చిందని బోయ్ తీసుకొచ్చాడు. ఆమె మిస్. హ్యారిసన్. ఆమె ముఖం వాడిపోయి ఉంది. ప్యారోను చూడగానే "ఇది నిజమా? మిస్టర్ ప్యారో" అంది.

"అవును మిస్.హారిసన్, మరణానికి కావలసినదానికన్నా చాలా ఎక్కువ శంఖపాషాణం ఉందని శవ పరీక్షలో తెలిసింది" అన్నాడు ప్యారో.

"నేను ఊహించనే లేదు" అంటూ కంట తడిపెట్టింది.

"నిజం ఎప్పటికైనా బయటికి రావాల్సిందే కదా?" అన్నాడు.

ఆమె వెక్కుతూ "డాక్టర్‌గారికి ఉరిశిక్ష పడుతుందా?" అడిగింది.

"ఇంకా తెలియవలసిన విషయాలు ఉన్నాయి. ఈ హత్య డాక్టర్‌గారు చేశారా? మరెవరైనా చేశారా? విషం ఎలా దొరికింది? ఎలా ప్రయోగించారు? హత్యకు కారణాలు ఏమిటి?ఇలాంటివి ఎన్నింటికో సమాధానాలు వెదకాలి" అన్నాడు .

"ఒక వేళ డాక్టర్‌గారికి ఇందులో ఏ మాత్రం సంబంధం లేకుంటే..."

"ఆయనను నిరపరాధిగా భావించి వదిలేస్తారు. అయితే ఆయన నిరపరాధి అనటానికి ఏదైనా సాక్ష్యం ఉండాలి కదా?" అన్నాడు ప్యారో.

"నేను మొదటే ఒక విషయాన్ని మీతో చెప్పాల్సింది. అయితే అందులో విశేషమేమీ లేదనుకున్నాను" అంది.

"ఏదో దాచి పెడుతున్నారని నాకూ తెలుసు. ఇప్పటికైనా ఆ విషయాన్ని చెప్పటం మంచిది. మీ డాక్టర్‌ను రక్షించొచ్చు" అన్నాడు ప్యారో.

"ఒక రోజు ఏదో పని ఉండి మందుల గదిలోకి వెళ్ళినపుడు మిస్.జీన్‌మాన్ క్రిఫే ఏదో విచిత్రమైన పనిలో మునిగి ఉంది. ఆమె నన్ను గమనించలేదు. ఆమె తన రోజా రంగు భరిణలో ఏదో పొడిని నింపుతోంది."

"వాట్?" అన్నాడు ప్యారో.

"ఆమె ముఖానికి పూసుకునే పౌడర్‌కు బదులుగా మందుల పెట్టెలో ఉన్న ఓ సీసాలోంచి ఏదో పొడిని భరిణలో నింపి, దాని మూత మూసి తన హ్యాండ్ బ్యాగులో వేసుకుంది. తరువాత ఆ సీసాను పెట్టెలో పెట్టేసింది. అయితే మిసెస్ ఓల్డ్‌ఫీల్డ్‌పై శంఖపాషాణ ప్రయోగం జరిగిందన్న తరువాత..." ఆమె మాటలు పూర్తి చేయలేదు.

ప్యారో లేచి "ఒక్క నిముషం" అంటూ బయటికి వెళ్లి బార్క్‌షైర్ పోలీస్ స్టేషన్‌లోని సార్జెంటే గ్రేగ్‌కు ఫోన్‌లో ఏదో చెప్పి మళ్ళీ తన కుర్చీలో కూర్చున్నాడు.

కొద్దిసేపు ఇద్దరి మధ్య మౌనం రాజ్యమేలింది.

ప్యారో దీర్ఘంగా నిట్టూర్చాడు.

"ఏదో ఆలోచిస్తున్నట్టు ఉన్నారు" అంది మిస్. హ్యారిసన్.

"విచారకరమైన విషయం ఏమిటంటే..." అంటూ ప్యారో ఏదో చెప్పబోయాడు.

"డాక్టర్‌గారికి దాని గురించి ఆవగించంత కూడా తెలుసని నేను అనుకోవటం లేదు" అంది మిస్.హ్యారిసన్.

"అవును, ఆయనకు తెలియదని నాకు తెలుసు" అన్నాడు ప్యారో.

అదే సమయంలో సార్జెంట్ గ్రేగ్ లోపలికి వచ్చాడు. చేతిలో జేబురుమాలులో చుట్టిన ఏదో వస్తువు. రుమాలులోంచి తీసి బల్లమీద పెట్టాడు. అది రోజా రంగు ఎనామిల్ భరిణ.

"ఇదే... ఇదే... ఆ భరిణ" అంది మిస్. హ్యారిసన్ ఉద్వేగంగా.

"ఇది జీన్ మాన్ క్రిఫే బీరువా సొరుగులోని ఆమె హ్యాండ్ బ్యాగులో దొరికింది. దాని మీది వేలిముద్రల కోసం పరీక్షలు జరిపించి తీసుకొస్తున్నాను" అంటూ భరిణ స్ప్రింగ్ నొక్కాడు. మూత చప్పున తెరుచుకుంది. వేలితో భరిణలోని పొడిని అద్ది నాలుక చివరికి రాసుకుని "ఇది ముఖానికిరాసుకునే పౌడర్ కాదు, ఎలాంటి రుచీ లేదు సార్" అన్నాడు.

"తెల్లటి శంఖపాషాణానికీ ఎలాంటి రుచీ ఉండదు. ఈ పొడిని వెంటనే లాబ్‌కు పంపి అదేమిటో కనుక్కోమనండి" అన్నాడు ప్యారో. తరువాత మిస్. హ్యారిసన్ వైపు తిరిగి "ఆ భరణి ఇదేనని ఖచ్చితంగా ప్రమాణం చేసి చెప్పగలవా?" ఆని అడిగాడు.

"మి. ప్యారో నాకు బాగా తెలుసు. మిసెస్ ఓల్డ్‌ఫీల్డ్ మరణానికి వారం రోజులకు ముందు మందుల గదిలో జీన్ మాన్ క్రిఫే చేతిలో నేను చూసిన భరిణ ఇదే" అంది.

సార్జెంట్ గ్రెగ్ నిట్టూర్పు విడిచాడు. అతను ప్యారో వైపు చూసి తలూపి అక్కడున్న కాలింగ్ బెల్ నొక్కాడు. మరుక్షణం ఆ గదిలోకి జార్జ్ వచ్చాడు.

"మిస్. హారిసన్, నీవు ఈ భరిణను జీన్‌మాన్ క్రిఫే దగ్గర సుమారు సంవత్సరం క్రితం చూసినట్టు చెబుతున్నావు. అయితే ఈ భరిణను తయారు చేసిన కంపెనీవారు కేవలం కొన్ని వారాల క్రితమే దీన్ని తయారు చేయించినట్టు, ఈ రంగు భరిణను మార్కెట్లోకి అమ్మానికి పెట్టినట్టు చెప్పారు" అని జార్జ్ వైపు తిరిగి "జార్జ్! ఈ భరిణను ఎక్కడైనా చూశావా?" అని అడిగాడు.

"యస్సార్, ఈ వ్యక్తి అంటే మిస్. హ్యారిసన్‌ను మీరు చెప్పినట్టే అనుసరించాను. మొన్న బస్సులో డార్మింగ్‌టెన్‌కు వెళ్ళి వుల్‌వర్త్ షాప్‌లో ఆ భరిణను కొనుక్కుంది. అక్కడి నుంచి ఇంటికి తిరిగొచ్చింది. అదే రోజు మధ్యాహ్నం జీన్ మాన్ క్రిఫే ఇంట్లో లేని సమయంలో అక్కడికి వెళ్లింది. నేను మీరు చెప్పినట్టే ముందుగానే ఆ ఇంటి పడకగదిలోకి ప్రవేశించి దాక్కున్నాను. ఈమె పడకగదిలోకి వచ్చి ఈ భరిణను జీన్ హ్యాండ్ బ్యాగ్‌లో వేసి దాన్ని బీరువా సొరుగులో పెట్టడం నేను చూశాను. తరువాత తనను ఎవరూ చూడలేదన్న నమ్మకంతో వెళ్లిపోయింది. ఈ గ్రామంలో ఇళ్ళకు ఎవరూ తాళాలు వేయకపోవటం గమనించాను" అన్నాడు.

"మి. హ్యారిసన్, ఇప్పుడేమంటావు? వుల్‌వర్త్ షాపు నుంచి తెచ్చిన భరిణలో పాషాణం లేదు అయితే జీన్‌మాన్ క్రిఫే గదిలో నువ్వు పెట్టిన భరిణలో శంఖపాషాణం ఉంది. ఎంత తెలివి తక్కువ పని చేశావు" అన్నాడు ప్యారో మిస్. హారిసన్ వైపు చూస్తూ.

మిస్. హ్యారిసన్ తన చేతుల్లో ముఖం దాచుకుని "అవును నిజం, మీరు చెప్పినదంతా నిజం. నేనే మిసెస్ ఓల్డ్‌ఫీల్డ్‌ను చంపాను. ఏదో ఆశతో, ఏదో భ్రమలో... నేనే ఈ హత్య చేశాను..." అంటూ వెక్కి వెక్కి ఏడ్వసాగింది.

***

"మిస్టర్ ప్యారో, మీకు మనస్ఫూర్తిగా క్షమాపణలు చెప్పుకుంటున్నాను. మిమ్మల్ని కోప్పడ్డాను. మీరు అంతా పాడు చేస్తారేమోనని భయపడ్డాను" అంది జీన్ మాన్ క్రిఫే.

ప్యారో నవ్వుతూ "పరవాలేదు. ఇది అసూయతో నిండిన ఓ స్త్రీ వ్యాపింపజేసిన వదంతి అని నేను ముందే గుర్తించాను. గ్రీకు వీరుడైన హెర్క్యులస్ లర్న్ సరస్సులోని తొమ్మిది తలల సర్పాన్ని చంపిన పురాణ కథలాంటిదే ఈ వదంతుల కథ. పురాణ కథలో ప్రతిసారి ఒక తల నరికినపుడు రెండు తలలు పుట్టుకొచ్చేవి. హెర్క్యులస్ 'మూల' తలను కనుక్కుని నరకటంతో ఆ కథ సుఖాంతమైంది. అలాగే ఈ కథలో 'వదంతులు' అనే రాక్షసుడి మూలాన్ని కనుక్కోవటంతో నా పరిశోధన ముగిసింది. ఈ వదంతిని మొదలుపెట్టింది మిస్. హ్యారిసన్ అని తెలుసుకోటానికి ఎక్కువ సమయం పట్టలేదు. ఆమె ఒక తప్పు చేసింది. మీరిద్దరూ డైనింగ్ టేబుల్ దగ్గర మాట్లాడుకోవటం తాను విన్నానని చెప్పింది. అయితే ఏదైనా కుట్ర గురించి మాట్లాడాల్సి వస్తే ఎవరైనా రహస్య ప్రదేశాన్ని ఎన్నుకుంటారు కానీ నలుగురు వచ్చే డైనింగ్ హాల్లో మాట్లాడుకోరు. మీ మీద నాకు అనుమానం కలిగేందుకు ఆమె అలా చెప్పింది. అందుకు కారణం ఆమె మూడేళ్లనుంచి డాక్టర్ దగ్గర పని చేస్తోంది. ఆయన పట్ల ఆమెకు ప్రేమ ఉంది. ఒక వేళ డాక్టర్‌గారి భార్య చనిపోతే ఆయన తనను పెళ్ళాడాతడని ఆశించింది. అయితే మధ్యలో మీరు వచ్చారు. డాక్టర్‌కు మీకు మధ్య ప్రేమ చిగుర్చింది. హ్యారిసన్‌లో అసూయ మొలకెత్తింది. అసహనంతో డాక్టర్ భార్యను శంఖపాషాణ ప్రయోగంతో చంపేసింది. వదంతులు పుట్టించింది. అందరూ మిమ్మల్ని అనుమానంగా చూసేలా చేసింది. అయితే నేను శవాన్ని బయటికి తీసి పరీక్షలు చేస్తారు అనేసరికి ఆమె కంగారు పడింది. ఇందులో డాక్టర్ ఇరుక్కుంటారేమో అనుకుంది. ఆయన్ను తప్పించి అనుమానం మీమీద రావటానికి ఈ భరిణ నాటకం ఆడి దొరికిపోయింది" అన్నాడు.

"రియల్లీ మీరు అద్భుతమైన వ్యక్తి మిస్టర్ ప్యారో" అంది జీన్.

"అయితే ఒక అనుమానం! మీ మందుల గదిలోంచి శంఖపాషాణం దొంగిలించటం మీరు గుర్తించలేదా? లెక్కలో చూపించాలికదా?" అన్నాడు ప్యారో.

"గుర్తించాను. అయితే మిస్. హ్యారిసన్ తీసుకుందని నేను అనుకోలేదు."

"అంటే నేను... నేను... తీసుకున్నానని అనుకున్నావా?" అరిచాడు ఓల్డ్‌ఫీల్డ్.

"లేదు... లేదు, మీ శ్రీమతిగారు నాకు తెలియకుండా ఎక్కువ మోతాదులో తీసుకున్నారేమో అనుకున్నాను. పోస్ట్‌మార్టంలో బయటపడితే మీరు ఇరుక్కుంటారని అనుకున్నాను. అందుకే శంఖపాషాణం తగ్గిన విషయాన్ని రికార్డులో సరిదిద్దాను. అయితే హ్యారిసన్ దొంగిలించిందని నేను ఊహించేకపోయాను" అంది.

"ఆమె మంచి మనిషి. ఇలా జరగడం నాకు చాలా బాధగా ఉంది" అన్నారు డాక్టర్ ఓల్డ్‌ఫీల్డ్.

"నిజమే! ఆమె ఒక మంచి తల్లి, ఒక మంచి భార్యగా కాగలిగేది. అయితే అసూయకు లోబడి జీవితాన్ని నాశనం చేసుకుంది" అన్నాడు ప్యారో.

డాక్టర్ ఓల్డ్‌ఫీల్డ్, జీన్‌లు ఇద్దరూ సంతోషంగా ఒకరి చేతులు మరొకరు పట్టుకుని ఒకరి కళ్లలో ఒకరు చూసుకోవటం ఎర్క్యుల్ ప్యారో చూశాడు.

'వీళ్ళద్దరూ తొమ్మిది తలల రాక్షసుడి బారి నుంచి బయట పడ్డారు. నేను హెర్క్యులస్ అపురూపమైన రెండవ సాహస యాత్రలాంటిదాన్ని విజయవంతంగా ముగించాను' అని అనుకుంటూ బయటికి నడిచాడు ప్యారో.

అతడి వెంబడి జార్జ్ హుషారుగా అడుగులు వేయసాగాడు.